புன்னகைக்கும் பிரபஞ்சம்

புன்னகைக்கும் பிரபஞ்சம்

கபீர் (பி. 1398 – 1448)

வடஇந்திய பக்தி இலக்கிய மரபின் மகாகவி கபீர். அவதி மொழியில் பாடப்பட்ட இவரது பாடல்கள் இந்தி இலக்கியத்தில் பெரும் செல்வாக்கைச் செலுத்தியுள்ளன. இவரது வாழ்வைக் குறித்து வழங்கிவரும் வாய்மொழிக் கதைகளிலிருந்து கபீர் 1398ஆம் ஆண்டு காசிக்கு அருகிலுள்ள மகார் என்ற ஊரில் நெசவைக் குலத்தொழிலாகக் கொண்ட இஸ்லாமியத் தம்பதிக்குப் பிறந்ததாக நம்பப்படுகிறது. இவருக்கு லோபி என்ற மனைவியும் கமால், கமாலி என்று இரு குழந்தைகளும் இருந்ததாகப் பிற்கால நூல்கள் சொல்கின்றன. தன் வாழ்நாளின் பெரும்பகுதியைக் காசியிலேயே கழித்த கபீர் 1448ஆம் ஆண்டு மகாரில் மறைந்ததாகக் குறிப்பிடப்படுகிறது.

செங்கதிர் (பி. 1972)
மொழிபெயர்ப்பாளர்

தருமபுரி மாவட்டம். அரூர் அருகே உள்ள அண்ணாலம்பட்டியைச் சேர்ந்தவர். கால்நடை மருத்துவத்தில் முதுகலைப் பட்டம் பெற்றவர் பணி நிமித்தம் மனைவி, இரு பிள்ளைகளுடன் வசிப்பது ராஜஸ்தான் மாநிலம் ஜெய்ப்பூரில்.

வெளிவந்துள்ள நூல்கள்:

'வீட்டின் அருகில் மிகப்பெரும் நீர்ப்பரப்பு' – ரேமண்ட் கார்வர்
    மொழிபெயர்ப்புக் கதைகள், 2012
'பிரபஞ்சத்தின் பெயர் சிறுகதை'
    மொழிபெயர்ப்புக் கதைகள், 2013

கபீர் கவிதைகள்

புன்னகைக்கும் பிரபஞ்சம்

தமிழில்

செங்கதிர்

காலச்சுவடு பதிப்பகம்

புன்னகைக்கும் பிரபஞ்சம் ❖ கபீர் கவிதைகள் ❖ தமிழில்: செங்கதிர் ❖ மொழிபெயர்ப்புரிமை: செங்கதிர் ❖ முதல் பதிப்பு: டிசம்பர் 2018, மூன்றாம் பதிப்பு: ஜூலை 2024 ❖ வெளியீடு: காலச்சுவடு பப்ளிகேஷன்ஸ் (பி) லிட்., 669 கே. பி. சாலை, நாகர்கோவில் 629001

punnakaikkum pirapañcam ❖ Kabir Poems ❖ Translated by: Sengathir ❖ Translated © Sengathir ❖ Language: Tamil ❖ First Edition: December 2018, Third Edition: July 2024 ❖ Size: 14x 15 cm ❖ Paper: 18.6 kg maplitho ❖ Pages: 184

Published by Kalachuvadu Publications Pvt. Ltd., 669 K.P. Road, Nagercoil 629001, India ❖ Phone: 91-4652-278525 ❖ e-mail: publications @kalachuvadu.com ❖ Printed at: Compuprint Premier Design House, Chennai 600086

ISBN: 978-93-88631-05-1

07/2024/S.No. 873, kcp 5217, 18.6 (3) uss

பொருளடக்கம்

முன்னுரை: நெசவாளியின் பாடல்கள்	13
சொல்	41
அற்புதம்	42
சூறைக்காற்று	43
கெட்டழிதல்	44
வீடுபேறு	45
செப்பிடு வித்தைக்காரனின் மாயக்குடுவை	46
பசலை	47
சொல்லும் செயலும்	48
எரித்தல்	49
கடல்	50
நஞ்சும் அமுதும்	51
உடல்	52
சந்தேகம்	53
குடிசை	54

பிரபஞ்ச லீலை	56
நிந்தனை	58
நெசவாளி	60
பூந்தோட்டம்	62
மனம்	63
குருவின் சொல்	64
துளி விஷம்	65
சூனியம்	66
இடைவெளி	67
திருமணம்	68
வலை	70
இங்குமில்லை அங்குமில்லை	72
வெண்பட்டாடை	74
திராட்சை	76
அக்கரை	77
ரணம்	78
அழகு	79
செயல்	80
பாதை	81
மாயா	82
குறுவாள்	83
விட்டில் பூச்சி	84
புலன்களின் எல்லை	86

பற்றியெரியும் நகரம்	88
நுண்மை	90
நிழல்மாளிகை	91
நஞ்சு	92
அலறல்	93
துறவி	94
அன்னம்	95
பிறப்பும் ஒளியும்	96
முடிவு நிலை	98
எளிய வாழ்க்கை	100
உண்மை	103
தேடல்	104
வெளிச்சம்	105
பொற்கொல்லர்	106
சிதிலம்	107
வேறு புத்தகங்கள்	108
ஏக்கம்	109
சாதகப்பறவை	110
காவல்	111
கம்பிதங்கள்	112
அவதாரம்	114
கேள்வி	115
அறிந்தது	116

சுகந்தம்	117
மரணம்	118
தரிசனம்	120
இரவு	121
சங்கமம்	122
அலை	124
நீர்த்துளி	125
வைகுந்தம்	126
பிரசவம்	128
காரணம்	129
கிழிசல்	130
வீடு அடைதல்	131
தாகம்	132
தளும்பும் மௌனம்	133
சொல்லுக்கு வசப்படாத காதல்	134
குதிரைச்சவாரி	135
முடிச்சு	136
வழி	137
இருப்பிடம்	138
அழுக்கு	139
தீ	140
தனிமை	141
உச்சி	142

போக்கும் வரவும்	143
குழப்பம்	144
இடைச்சியர் புராணம்	146
மெக்கா	147
சிலை	148
அடைதல்	150
மேன்மை	151
சிற்றுளி	152
முத்து	153
தீபம்	154
சகோரம்	155
பசுமை	156
இராவணக் காப்பியம்	157
கூர்மை	158
ஆகாயமும் மழையும்	159
மீன்	160
அறிந்திலன்	161
களவு	162
அங்காடி	163
விநோதம்	164
அரியின் இளம்மனைவி	165
நீல ஆகாயம்	166
உளறல்	167

பிம்பம்	168
நீருள் நீர்	169
கங்கை நீர்	169
வைரம்	170
ஆழியின் துளி	171
தழல்	172
பச்சை நிறம்	173
குருமொழி	174
களிப்பேறிய மனம்	175
முச்சந்தி	176
முடிவற்ற சுவடி	178
நெருப்பின் தழல்	179
தேன்	180
புன்னகைக்கும் பிரபஞ்சம்	181
உதவிய நூல்கள்	183

முன்னுரை

நெசவாளியின் பாடல்கள்

இந்தி மொழிக் கவிதை மரபில் உடன்வைத்து ஒப்பிடமுடியாத இரு பெரும் ஆலமரங்களாக உவமிக்கப்படுபவர்கள் கபீரும் துளசிதாசரும். இருவரும் மத்திய, கிழக்குப் பகுதிகளிலும் உத்திரப்பிரதேசத்திலும் வழங்கும் 'அவதி' மொழியில் எழுதி அதற்கு இலக்கிய அந்தஸ்தை ஏற்படுத்திக்கொடுத்தவர்கள். இந்தி இலக்கியத்தில் அளப்பரிய தாக்கத்தை ஏற்படுத்திய இவர்களின் நிழலிலிருந்து தப்பிக்கவும், தனிமரமாக வளரவும், அவர்களுக்குப் பிந்தைய தலைமுறைக் கவிஞர்கள் பலரும் முயன்றும் இதுவரை எவரும் முழுதாகத் தப்பமுடியவில்லை என்பார்கள். ஐந்து நூற்றாண்டுகளாகக் கபீரின் பாடல்கள் வட இந்தியாவின் வெவ்வேறு மொழிகளிலும் பிரதேசங் களிலும் புழக்கத்திலுள்ளன. நெடிய இக்காலப் பகுதியில் தனிமனிதராக அல்லாமல், தனது பாடல் களின் அங்கமாகவே கபீர் ஆகிவிட்டிருக்கிறார். தனது பாடல்களின் உலகில் நிழலாக, குறியீடாக, கவியாக, கற்பனை உருவமாக, கடவுளாக,

சீர்திருத்தவாதியாக, காதலியாகக் கபீர் வெளிப்படுகிறார். உலக அளவில் கடவுளாகப் பரிணமித்த கவிஞர்கள் குறைவு. கபீர் அவர்களுள் ஒருவர்.

கபீரைப் பற்றிப் பேசுவதற்கு முன் அவர் வாழ்ந்த காலத்தின் பின்புலத்தைப் பற்றிப் பேசியாக வேண்டும். இந்து இஸ்லாமிய மதங்கள் ஒன்று மற்றொன்றை எவ்வாறு எதிர்கொண்டன என்பதையும், இரு பண்பாடுகள் எப்படி உறவுகொண்டன என்பதையும் அறிய இந்தியாவின் இடைக்கால வரலாற்று அரசியல், சமூக நிகழ்வுகள் உதவுகின்றன. இரண்டு பண்பாடுகளும் ஒன்றுடன் ஒன்று உறவாடி முயங்கி, ஏதோ ஒரு புள்ளியில் ஆற்றுப்பட்டதையும் வரலாற்று நிகழ்ச்சிகளிலிருந்து அறியலாம். தில்லி சுல்தான்கள் (குறிப்பாக அலாவுதீன் கில்ஜி) இந்தியாவின் பெரும்பாலான பகுதியைத் தங்களது ஆட்சியின்கீழ் கொண்டுவந்தனர். சுல்தான்களின் வீழ்ச்சிக்குப் பின்னர் ஜோன்பூர் (காசிக்கு அருகில் ஒரு நகரம்), பாமினி சுல்தான்கள் போன்றோர் வெவ்வேறு பகுதியில் ஆளத்தொடங்கினர். இஸ்லாமிய மதமும் பண்பாடும் இந்தியா முழுதும் பரவத்தொடங்கின. இஸ்லாமிய சூஃபி மரபு, முகம்மது கோரியின் படையெடுப்புக்குச் சில காலத்துக்கு முன்னரே, புகழ் பெற்ற சூஃபித் துறவியான க்வாஜா மொயினுத்தீன் சிஸ்தியின் வருகையிலிருந்து தொடங்கிவிடுகிறது. மத்திய ஆசியாவின் சாமர்கண்டிலிருந்து லாகூர் வழியாக, முதலில் தில்லிக்கு வந்து சேர்கிறார் க்வாஜா. அங்கிருந்து அஜ்மீர் வருகிறார். அவரது ஆளுமையின் ஈர்ப்பினாலும், ஆன்மீக வலிமையினாலும் அஜ்மீர் மன்னரில் தொடங்கிப் பல்வேறுதரப்பு மக்களின் மனதை வெல்கிறார். அவரிடமிருந்து தொடங்கும் சிஸ்தி சூஃபி பரம்பரை, பாபா சேக் ஃபரீது (பஞ்சாப்), நிஜாமுத்தீன் ஒளியா (தில்லி), மீர்

முகம்மது (குல்பர்கா), ஷேக் தக்கி (ஜோன்பூர்) என வளர்ந்தது. சூஃபி மார்க்கத்தின் அபாரமான இந்த ஆன்மீகப்பிரிவு, கீழைத் தேய இஸ்லாமியத்தைத் தொடங்கிவைக்கிறது. சூஃபித் துறவிகள், மக்களின் பேச்சுமொழியில் பேசியதாலும், மாந்திரீகச் சடங்கு களினாலும், சாதாரண மக்களிடம் கொண்டிருந்த நேரடித் தொடர்பி னாலும் வெகுமக்களிடம் மிகுந்த செல்வாக்குப் பெற்றார்கள்.

சுல்தான்களின் ஆட்சியின்போது இந்து மதத்தைச் சார்ந்த வெவ்வேறு சாதியினர் மதம் மாறினர். இதில் பெரும்பான்மையோர் கீழ்த்தட்டைச் சேர்ந்த கைவினைஞர்களே. மதம் மாறினாலும் தாந்திரீக, நாத சம்பிரதாயமும் புத்த மதத்தின் மகாயானக் கூறுகளும் கொண்ட கலவையான பழக்கவழக்கங்களையும் மத நம்பிக்கைகளையுமே அவர்கள் பின்பற்றினர். மதமாற்றம் அவர்களின் வாழ்க்கைமுறையில் உடனடியாகப் பெரிய மாற்றத்தை ஏற்படுத்திவிடவில்லை. காசி நகரத்தைச் சுற்றியிருந்த பகுதி சுல்தான் களின் வசமிருந்ததினால், அங்கு இஸ்லாம் வளர்ந்ததையும், அதன் ஆன்மீகக்கூறுகள் ஏழைமக்களிடையே செல்வாக்குப் பெற்றதையும் புரிந்துகொள்ள முடியும். இத்தகைய சூழலில்தான் கபீர் பிறந்து வளர்ந்திருக்கிறார். கபீரும் அத்தகைய கீழ்த்தட்டு வகுப்பைச் சேர்ந்தவர். அவரது பாடல்களையும் மற்ற விவரங் களையும் வைத்துப்பார்க்கும்போது இஸ்லாமிய மரபுக்கூறுகளை விடத் தாந்திரீக, யோக, நாத சம்பிரதாய வழக்குகளையே கபீர் அதிகம் அறிந்தும், தினசரி வாழ்க்கையில் கடைப்பிடித்தும் வந்திருக்கிறார் என்பது தெளிவாகிறது.

○

காசிக்கு அருகில் மகார் எனப்படும் பகுதியில் (உத்திரப் பிரதேசத்தின் பஸ்தி மாவட்டம்) கபீர் பிறந்ததாக நம்பப்படுகிறது.

கிடைக்கும் ஆதாரங்களை வைத்துப் பார்த்தால், கபீர் 1398ஆம் ஆண்டு ஆனி மாதப் பௌர்ணமி நாளில் பிறந்து, 1448இல் இறந்திருக்கலாம். காசி நகரத்தின் 'லகர்தாரா' பகுதியின் குளத்தருகே குழந்தையாக அவர் அவதரித்ததாகக் கபீர் மார்க்கத்தினர் நம்புகிறார்கள். ஒவ்வொரு ஆண்டும் அந்த நாளைக் கபீரின் அவதார நாளாகக் கருதிக் கொண்டாடுகிறார்கள். அந்த இடத்தில் கபீருக்கென ஒரு கோயில் எழுப்பியுள்ளனர். ஆரம்பகால ஏடுகளில் ஒரேசமயத்தில் கபீராகவும் (அரபு மொழியில் பேராளுமை), கமீராகவும் (பார்சி மொழியில் தாழ்ந்தவன்) மாறிமாறிக் குறிப்பிடப்பட்ட அவரது பெயர், காலப்போக்கில் கபீர் என்றே நிலைத்துவிட்டது. அவர் முஸ்லீம் மதத்தைச் சேர்ந்த ஜுலாஹா என அழைக்கப்படும் நெசவாளர் குடும்பத்தில் நீரு – நீமா தம்பதியினருக்குப் பிறந்ததாகவும் நம்புகிறார்கள். பருத்தி நெசவுத் தொழில் செய்யும் கீழ்த்தட்டு வர்க்கத்தைச் சேர்ந்த ஓர் இந்துக் குடும்பத்தில் பிறந்து பின்னர் முஸ்லீமாக மாறிய குடும்பத்தால் வளர்க்கப்பட்டார் என்றொரு தரப்பும் உண்டு. அந்தக் குடும்பம் கபீர் பிறப்பதற்குக் கொஞ்ச காலம் முன்பே இஸ்லாத்துக்கு மாறிவிட்டார்கள் என்றும், தங்களது தினசரி வாழ்க்கையிலும் மத நம்பிக்கையிலும் இந்து மதத்தின் கூறுகளையே அதிகம் கொண்ட பழக்கவழக்கங்களைப் பின்பற்றி இருக்க வேண்டும் என்றும் கருதுகிறார்கள். எப்படி இருப்பினும் பிறந்த சில வருடங்கள் கழித்துக் கபீர் காசி நகரத்துக்குக் குடிபெயர்ந்திருக்கிறார் என்பது உறுதி.

வறிய குடும்பத்தில் பிறந்த கபீர், முறையான கல்வி கற்றவராகத் தெரியவில்லை. சமூகத்தின் கீழ்த்தட்டைச் சேர்ந்தவராதலால், இந்து மதத்தின் குருவோ, முஸ்லீம் மதத்தின் மௌல்வியோ

கபீருக்கு மரபுக் கல்வி கற்றுக்கொடுக்க முன்வந்திருக்க வாய்ப் பில்லை. புகழ்பெற்ற வைணவகுரு இராமானந்தரே கபீரின் குரு எனவும், அவர்தான் கபீருக்குத் தீட்சை அளித்தாரெனவும் வாய்மொழிக் கதைகளும், கபீர் மார்க்கத்தினரின் நூல்களும், ராமானந்தர் மரபும் கூறுகின்றன. ஆரம்பக் காலத்தில் முஸ்லீம் நெசவாளியான கபீரைச் சீடராக இராமானந்தர் ஏற்றுக்கொள்ள வில்லை. ஒருநாள் அதிகாலை இருட்டில் கங்கையில் நீராடச் சென்ற இராமானந்தர், வழியில் காத்திருந்த கபீர்மீது கால் இடறித் தனது பாதுகை தடுக்கி "இராமா இராமா" எனக் கூறியவாறு கபீரைத் தீண்டிவிட்டதாகவும், அதையே தனது தீட்சையாகக் கருதி, ஆன்மீகப் பாதையில் கபீர் தனது பயணத்தைத் துவக்கியதாகவும் கதைகள் சொல்கின்றன. ஆனால் கபீரின் பாடல்களில் எங்கும் இராமானந்தரைப் பற்றிக் குறிப்பிடப்படவில்லை. இடைக்காலத்தின் புகழ்பெற்ற பக்திக் கவிஞர்கள் பெரும்பாலோர் தன்னனுபவம் வழியாகவே தங்களது ஆன்மீக யாத்திரையையும் கவி உலகத்தையும் அடைந்தார்கள். பிற்காலத்தில்தான் புகழ்பெற்ற பக்திக் கவிஞர்களை, ஒரு மரபோடும் குருபரம்பரையிலும் பொருத்திப் பார்க்கும் முயற்சி நடந்திருக்குமென அறிஞர்கள் நம்புகிறார்கள். கபீருக்கும் அப்படியே நடந்திருக்க வேண்டும்.

இளமையிலிருந்தே கபீர் தம் குலத் தொழிலில் ஈடுபாடின்றிப் பக்தியில் நாட்டம் கொண்டவராக வளர்ந்திருக்கிறார். நெசவு செய்தாலும், அதை முழுச் சிரத்தையுடன் செய்யாததால் வறுமை யில் அவர் உழன்றதற்கான தடயங்களைப் பல சம்பவங்களும் அவரது பாடல்களும் எடுத்துக்காட்டுகின்றன. முஸ்லீமான கபீரின் பெரும்போக்கான நடத்தையினால் பெற்றோர் கவலைக்குள்ளா யினர். பக்தியில் திளைத்திருந்தாலும் குடும்ப வாழ்க்கையை

விட்டும் அவர் முழுதாக விலகிவிடவில்லை. கபீருக்கு லோயி என்ற மனைவியும் கமால், கமாலி என இரு குழந்தைகளும் இருந்ததாகப் பிற்கால நூல்கள் சொல்கின்றன. குடும்ப வாழ்க்கையில் இருந்துகொண்டே அவர் ஆன்மீக வாழ்க்கையில் ஈடுபட்டிருக்கிறார். இளமையிலேயே சுயமான தர்க்கமும் அறிவுக்கூர்மையும் அங்கதமும் கபீரிடம் வெளிப்பட்டிருக்கின்றன. மூடப் பழக்கவழக்கங்களையும் சமூக ஏற்றத்தாழ்வுகளையும் அவர் கண்டித்திருக்கிறார். அதனால், இந்து முஸ்லீம் மத அடிப்படைவாதிகளின் எதிர்ப்பையும் எதிர்கொள்ள வேண்டி யிருந்திருக்கிறது.

கபீரும் தில்லி சுல்தான் சிக்கந்தர் ஷாவும் சந்தித்ததாகக் கூறப்படுகிறது. சிக்கந்தரின் தீராத வியாதியைத் தீர்த்ததாகவும் சொல்லப்படுகிறது. மரபுக்கு எதிரான கபீரின் செயல்பாடுகளால் சீற்றமடைந்த புரோகிதர்களும் முல்லாக்களும் ஒன்றுசேர்ந்து அவருக்கு எதிராகச் சிக்கந்தரிடம் முறையிட்டனர் என்றும் சில நூல்கள் குறிப்பிடுகின்றன. சிக்கந்தரின் முன் பணியாத கபீரை வெவ்வேறு வகையில் துன்புறுத்தியதாகவும் சொல்லப்படுகிறது. மூன்று கதைகள் அதிகம் மேற்கோள்காட்டப்படுகின்றன. கங்கையில் வீசியெறிந்தும், வீட்டில் அடைத்து எரித்தும், மதயானையின் காலால் இடறச் செய்தும் அவரைக் கொல்ல முயன்றனராம். ஆனால் ஒவ்வொரு முறையும் அவர் உயிர் தப்பியதாகக் கர்ணபரம்பரைக் கதைகள் சொல்கின்றன. கபீரின் புகழுக்குக் கட்டியங்கூறும் கற்பனைக்கதைகள் இவை. ஆனால், சவாலான சூழ்நிலைகளை எதிர்கொண்டு அதில் அவர் வெற்றிகொண்டிருக்க வேண்டும். அசாதாரணமான தன்மையாலோ வியத்தகு சம்பவங்களினாலோதான் சாதாரண

நெசவாளியான அவர் புகழ் அடைந்திருக்க வேண்டும். வரலாற்றுக் கோணத்தில் ஆராய்ந்து, கபீரும் சிக்கந்தரும் சமகாலத்தவர் இல்லை என்பாரும் உண்டு.

எழுத்தாணி, ஓலைச்சுவடிகள் ஆகியவற்றின் மீதான அங்கதம் தொனிக்கும் கபீரின் பார்வையை அவரது ஈரடிப் பாடல்களிலும் நீள் வடிவங்களிலும் காணலாம். தனது பாடல்கள் எழுதப்படவில்லை, வாய்மொழியாகவே சொல்லப்பட்டன எனக் கபீர் மிகுந்த பெருமிதம் கொள்கிறார். கேள்வி ஞானத்தினால் மதங்களைப் பற்றியும் வேதங்கள், உபநிடதங்கள், கீதை, பாகவதம் ஆகியவற்றின் சாரத்தையும், தாந்திரீக மரபையும் நன்றாகவே அறிந்திருக்கிறார் கபீர். இஸ்லாமைப் பற்றியும் ஓரளவு தெரிந்துவைத்திருக்கிறார். தனக்குத் தெரிந்த, தான் கற்ற விடயங்களைச் சுயமாக அலசித் தானாகவே முடிவைக் கண்டார். நிர்குண பிரம்மத்தை நோக்கி மனதைச் செலுத்தியும் நிர்குணபக்தி எது என்பதையும் அவர் தெளிவுற வரையறுத்துக் கொண்டார். இராமன் என்ற பெயரில்தான் புரிந்துகொண்ட நிர்குண பிரம்மத்தின் மீது நாயக நாயகி பாவத்துடன் எழுதிய பக்திப்பாடல்கள் பல உள்ளன. எழுதப்பட்ட காலத்தில் சமூகத்தின் மேல்தட்டு வர்க்கத்தில் அவரது பாடல்கள் கவனம் பெறாமல், ஏழை மக்களிடையே வாய்மொழியாக மட்டுமே பாடப்பட்டு, பிரபலம் அடைந்திருக்க வேண்டும். பின்னர் அவரது பாடல்களில் வெளிப்பட்ட அறிவுக்கூர்மை, தொன்மங்களின் பயன்பாடு, தத்துவம், ஆன்மீகம் போன்ற கூறுகளால் அவர் அதிகம் கவனிக்கப் பட்டார் எனலாம். பரவலாக அறிமுகமான பின்னர் கபீரும் அவரின் பாடல்களும் மேல்தட்டால் சுவீகரிக்கப்பட்டு பிராமணராகப் பிறந்தவர் என்றும் பிராமண குருவிடமிருந்து தீட்சை பெற்றவர் என்றும் வாய்மொழிக்கதைகள் உருவாகியிருக்க வேண்டும்.

கபீரின் எதிர்க்குணம் நிரம்பிய பாடல்களால் சீற்றமடைந்த அப்போதைய அரசு அவருக்குப் பிரச்சனைகளை உருவாக்கிய தால் காசியைவிட்டு மகாருக்குக் குடிபெயர்ந்த கபீர் அங்கேயே இறந்ததாக நம்பப்படுகிறது. தட்சனின்மீதிருந்த கோபத்தால் சிவன் சாபம் இட்டதாகவும் அதனால் மகார் பாலையானதாகவும் அந்தச் சாப விமோசனத்திற்காகக் கபீர் அங்கு சென்று மடிந்ததாகவும் ஒரு வாய்மொழிக் கதை உண்டு. அவ்வாறு சென்ற கபீரோடு இந்து மன்னர்கள் பலரும் நவாப்களும் பின்தொடர்ந்தனராம். மகாரின் நவாப் பிஜ்லி கான் எல்லாருக்கும் உணவு ஏற்பாடு செய்கிறான். சிவனின் சாபத்தால் வற்றிப்போயிருந்த ஆற்றில் கபீரின் கட்டளையால் அமுதம்போன்ற நீர் பொங்கி வழிந்ததாம். அதனால் அந்த ஆறு, ஆமி (ஆம் என்ற வடசொல்லுக்கு மாம்பழம் என்று பொருள்) என்று அழைக்கப்பட்டது. கடைசியில் கபீர் ஒரு அறைக்குள் சென்று கதவைத் தாழிட்டுக்கொண்டு உயிரை நீத்ததாகவும் சொல்லப்படுகிறது. நீத்தார் சடங்குகளைத் தங்கள் மத நடைமுறைப்படிதான் செய்வோம் என்று சண்டை இட்டுக் கொண்டவர்கள், அறையின் உள்ளே சென்று பார்த்தபோது, அங்கே சில மலர்களும் ஒரு வெள்ளைத்துணியும் மட்டுமே இருந்ததாம். இரு மதத்தினரும் மலர்களையும் துணியையும் பங்கு போட்டுக் கொண்டு தங்கள் மரபுப்படி சடங்குகளை முடித்துக்கொண்டார்கள் என்பது ஐதீகம். அவ்விடத்தில் கட்டிய நினைவுச் சின்னத்தை இந்துக்கள் சமாதியாகவும் முஸ்லீம்கள் தர்காவாகவும் கருதுகிறார்கள்.

○

கபீரின் பாடல்வடிவங்களைப் பதினைந்து வகையாகப் பிரிக் கிறார்கள். இவற்றில் பிரதானமாக மூன்றைச் சொல்லலாம்.

முதலாவது, சாகி (sakhi) என்றும் தோஹா (doha) என்றும் கூறப்படும் ஈரடிப்பாடல்கள். இரண்டாவது, பத் (padh) என்றும் சபத் (shabad) எனவும் அழைக்கப்படும் குறும்பாடல்கள். மூன்றாவது, ரமைணி (ramaini) எனப்படும் நீள்பாடல்கள்.

'சாகி' என்பது சாட்சி எனப்படும் சமஸ்கிருதச் சொல்லின் திரிபாகக் கருதப்படுகிறது. நிகழ்ந்த ஒரு சம்பவத்தை நேராகப் பார்த்த ஒருவன் நேர்மையான பார்வையாளன். அவன் தன் உள்ளெழுச்சியை உணர்ந்து சொல்லும் தத்துவார்த்தமான உபதேச மொழிகளே சாகியாகும். பொதுமக்களிடையேயும் உலக அளவிலும் கபீரைப் பிரபலப்படுத்தியவை இவையே. எண்ணிக்கையில் அதிகமும் சாகிகளே. நாத மரபும் நிர்குண பரம்பரையும் அதிகமும் பயன்படுத்திய இவ்வடிவத்தை வாழ்வின் வெவ்வேறு அடிப்படைகளான ஞானம், ஒழுக்கம், நடத்தை, மனித ஒற்றுமை, சமத்துவம், விரக்தி ஆகியவற்றைப் பற்றி எழுதக் கபீர் பயன்படுத்தியிருக்கிறார்.

'பத்' வடிவத்தை இசைப்பாடல்கள் எனக் கொள்ளலாம். தத்துவ மொழிகளாகப் பாடப்பட்ட இவை ராக அடிப்படையில் பிரிக்கப்பட்டிருக்கின்றன. 'சபத்' என்பது குரு பகர்ந்த மொழிகள் என்ற அர்த்தத்தில் சொல்லப்பட்டவை. கபீரின் மிகச் சிறந்த கவித்துவ வரிகளும் அற்புதமான படிமங்களும் வெற்றிகரமான தத்துவம் செறிந்த பாடல்களும் இவ்வகையினவே.

'ரமைணி'யைக் கபீரின் குறுங்காவிய வடிவம் எனலாம். இவற்றைச் சித்தாந்தம் சார்ந்த பாடல்களாகவும் புரிந்து கொள்ளலாம். எண்ணிக்கையில் குறைவான இவ்வகைப் பாடல்கள் கதைத்தன்மை இல்லாமல் கருத்துரீதியாகச் செறிவாக எழுதப்பட்டிருக்கின்றன.

வசந்தம், ஊசல் போன்ற வகையைச் சேர்ந்த மீதிப் பாடல்கள் குறைவான எண்ணிக்கையில் எழுதப்பட்டும் படைப்பூக்கரீதியாக வலுவற்றும் கருதப்படுகின்றன. அதனாலேயே தற்காலத் தொகுப்புகளில் இவை அதிகம் இடம்பெறுவதில்லை.

கபீர் பாடல்களாக இன்று நமக்குக் கிடைப்பவற்றை மூன்று கிளைகளாகப் பிரிக்கலாம். பஞ்சாப் பகுதியில் வாசிக்கப்படும் பாடல்களை வடக்குக் கிளை என்பர். மூன்று கிளைகளுள் இதுவே பழமையானது. ராஜ்புதான மாகாணத்தில் (இன்றைய ராஜஸ்தான்) புழக்கத்தில் உள்ளவற்றை மேற்குக் கிளை என வகுக்கின்றனர். பீகார் உட்பட்ட கிழக்கு இந்தியாவில் பாடப்படும் பாடல்களைக் கிழக்குக் கிளையாகக் கொள்கின்றனர்.

1570ஆம் ஆண்டு தொகுக்கப்பட்ட சீக்கியப்புத்தகமான 'கோவிந்தவால் போதி', 1604ஆம் ஆண்டு சேர்க்கப்பட்ட கர்தார்பூர் போதி, சீக்கியரின் புனித நூலான 'ஆதி கிரந்தம்' ஆகியவற்றை உள்ளடக்கிய வடக்குக் கிளையில் கபீரின் 228 பாடல்களும், 243 தத்துவ மொழிகளும் இடம்பெற்றிருக்கின்றன. மேற்குக் கிளையில் 1582இல் தொகுக்கப்பட்ட ஃபதேப்பூர் பக்திப் பாடல்கள், தாது தயாள் எனப்படும் குருவின் வழியான தாதுபந்த் பரம்பரை, ஹரிதாசின் நிர்குண சம்பிரதாயம் ஆகியவை உள்ளன. கிழக்குக் கிளையில் பிரதானமாகக் கபீரின் புகழ்பெற்ற 'பீஜக்' தொகுப்பு வெவ்வேறு பதிப்புகளாக வெளிவந்திருக்கின்றன. கிழக்குக் கிளைதான் கபீரை அவதாரப் புருஷனாகக் கொள்கிறது. இவற்றில் ஐந்து தனித்தனியான மடங்கள் – பட்னா அருகில் பதூகா, சப்ரா (பீகார்) அருகில் பகதாகி, காசி, பிலாஸ்புர் (சத்தீஸ்கர்), ஒரிசாவின் பூரி – கபீர்பந்த் பரம்பரையாக அறியப்படுகின்றன. கபீரின் புகழுக்கும், ஏழை எளியவர்களையும்

சமூகத்தின் கீழ்த்தட்டு மக்களையும் அவரின் பரம்பரையில் சேர்த்ததற்கும் கிழக்குக் கிளையே முக்கியக் காரணமாகும்.

காசியைச் சுற்றிய பகுதியிலிருந்து வட இந்தியாவின் வெவ்வேறு பகுதியில் பரவிய கபீரின் பாடல்கள் விரைவிலேயே தீவிரமான பிராந்தியத் தன்மையை அடைந்தன. வலசை சென்ற பாடல்கள், மூலத்திலிருந்து விலகி, தொடர்பு குறைந்து புதிய கலாச்சார உலகில் தஞ்சம் அடைந்தன. ஐந்நூறு ஆண்டுகளுக்கு முந்தைய வட இந்தியாவின் பிரதேசங்கள் யாவும் தூரத்தினாலும் தகவல் தொடர்பினாலும் மொழியாலும் பேச்சு வழக்கினாலும் பண்பாட்டுப் பழக்கத்தினாலும் தனித்தன்மையைக் கொண்டிருந்தன. வெவ்வெறு பிராந்திய மொழிகளின், வட்டார வழக்கின் இலக்கணங்களையும் சிறப்புச் சொற்றொடர்களையும் வட்டாரத் தன்மையையும் கபீரின் பாடல்கள் தமதாக்கிக்கொண்டன. முக்கியமாக, பஞ்சாபி, ராஜஸ்தானி, போஜ்புரி, அவதி, கடிபோலி, பிரஜ் வழக்கு ஆகியவற்றில் பாடல்கள் புழக்கத்துக்கு வந்துவிட்டிருந்தன. சமஸ்கிருதம், பார்சி, அரபு மொழிச் சொற்களை இப்பாடல்கள் உள்வாங்கிக்கொண்டன. குருமுகி, நகரி, பார்சி, குஜராத்தி, வங்காளம், கைத்தி ஆகிய எழுத்துருவில் பதிப்பிக்கப்பட்டன. ஒரே பாடல் வெவ்வேறு மொழிகளில் வெவ்வேறு மாதிரியாக மாற்றி எழுதப்பட்டது. ஒரே மொழியில் வெளியான வெவ்வேறு பதிப்புகளில் மாற்றங்களும் இருந்தன. சுருங்கச் சொன்னால், வெவ்வேறு மொழிகளில், பதிப்புகளில் பல்வேறு மாற்றங்களைக் கண்ட பாடல்களிலிருந்து கபீரின் மூலப் பிரதியைப் பிரித்தெடுப்பது எனபது இன்று இயலாத காரியமாகி விட்டது.

எழுத்து மொழி, பேச்சு வழக்கு, இசை வடிவம் ஆகிய மூன்றின் பாதிப்பையும் கபீரின் பாடல்களில் காண முடிகிற

அதே சமயம் இம்மூன்றின் இடையீட்டுத் தன்மையையும் அறிந்துகொள்ளலாம். எழுத்து வடிவில் பேச்சுவழக்கின் வெளிப்பாட்டையும், அதேபோல் கபீரின் வாய்மொழி மரபில் எழுத்துப்பிரதியின் பாதிப்பையும் கண்டுணர்ந்து அறிஞர்கள் எழுதி யிருக்கிறார்கள். கபீரின் பாடல்கள் எழுதப்பட்ட காலத்துக்குப் பின்னான முதல் முந்நூறு ஆண்டுகளில் வடிவம் x கருத்து, தொடர்ச்சி x மாற்றம், புனித நூல் x மக்கள்பாடல் ஆகிய முரண்களின் ஊடாட்டத்தோடு வளர்ச்சியையும் பரவலாக்கத்தை யும் அடைந்தது. அத்தகைய வளர்ச்சியில் பல்வேறு பிரதேசங்களின் வெவ்வேறுவகை மனிதர்களின் இடையீடுகளையும் கபீரின் பாடல்களில் காணலாம். இதனால் கறாரான வரலாற்றுப் பார்வையுடன் கபீரையோ அவரது மூலப்பாடல்களையோ கண்டடைவது சாத்தியமில்லை. இந்த இடையீடுகளை நீக்கி விட்டுக் கபீரின் பாடல்களைத் 'தூய்மை'யாக்குவது முடியாத காரியமாகவே கருதப்படுகிறது. கபீரின் பாடல்கள் பல்வேறு விதமாக வெவ்வேறு நபர்களால் தொகுக்கப்பட்டுள்ளன. அத்தகைய தொகுப்புகளின் நோக்கமும் கருத்து நிலையும் வேறுபட்டிருந்தன. இதனால் ஏற்பட்ட பாதிப்புகளிலிருந்து கபீரின் பாடல்கள் தப்ப முடியவில்லை.

பல நூற்றாண்டுகளாக மக்களால் கேட்கப்பட்டும் படிக்கப் பட்டும் வரும் ஆயிரக்கணக்கான பாடல்களை எழுதியவர் ஒரே ஒரு கபீர்தானா என்றால், இல்லை என்றுதான் சொல்ல வேண்டும். தனித்தனித் தொகுப்புகளில் காணப்படும் கபீரின் பாடல்கள் வெவ்வேறாக இருக்கின்றன. குறிப்பிட்ட மரபினரால் தொகுக்கப்பட்ட பாடல்கள்கூட வெவ்வேறாக உள்ளன. பல தொகுப்புகளிலும் காணப்படுகிற, குறிப்பிட்ட ஒரு பாடலிலும்கூட

லேசான மாற்றங்கள் உள்ளன. இவற்றையெல்லாம் கொண்டு பார்க்கும்போது கபீர் என்பவர் ஒருவரல்லர் பல கவிஞர்களை உள்ளடக்கிய கவிச்சபை; ஒரு அடையாளம் என்று அறிஞர்கள் கருதுகிறார்கள். பல பிரதேசங்களின், வெவ்வேறு காலகட்டத்தின், சம்பந்தமில்லாத மொழிகளில், விதிவிதமான பின்புலங்களில் முகிழ்த்த குரல்கள் கபீர் என்ற பெயரில் கலக்கின்றன. பஞ்சாபி மொழியில், குறிப்பாக ஆதிகிரந்தத்தில் நிறைய பக்திப்பாடல்கள் ஆசிரியரின் பெயர் இல்லாமல், கூட்டுக்குரலாக அடையாளப்படுத்தப்பட்டு வந்திருக்கின்றன. பின்னால் வந்த குருமார்கள் தமது முன்னத்தி ஏரின் அடையாளத்தில் பாடல்கள் எழுதினாலும், அதில் தம் பெயரை எழுதாமல் பொதுமைப்படுத்தும் வழக்கம் இருந்திருக்கின்றது. வெகு காலத்திற்குப்பின் வந்த தொகுப்பாசிரியர்கள்தான் ஒவ்வொரு பக்திப்பாடலின் கீழும் ஒரு குறிப்பிட்ட ஆசிரியரின் பெயரைக் குறித்திருக்கிறார்கள். ஆதிகிரந்தத்தைத் தவிர்த்த பிற தொகுப்பு களில் இடம்பெற்ற கபீரின் பாடல்களுக்கும் தங்களின் இடையீட்டுப் பணியை, சக ஆசிரியர்களாகவும் தொகுப்பாளர்களாகவும் மொழிபெயர்ப்பாளர்களாகவும் நிறைய ஆளுமைகள் தங்களின் பெயரை எழுதாமலேயே பங்களித்திருக்கிறார்கள்.

பாடலின் கூட்டுக்குரல் அம்சம், இந்திய பக்திப் பாடல் மரபில் பரவலாக இருந்ததுதான். ஒரு பக்திப் பரம்பரையில், புதிதாகச் சேரும் சீடன் தன்னை குருவோடு ஐக்கியப் படுத்தி, துறவிகளின் சங்கமத்தில் இடம்பெறுகிறான். ஒரு பாடலையோ, பக்திப்பாடலையோ படைக்கும்போது அது மற்றவர் களின் அபிப்பிராயத்தையும், பரம்பரையின் பாதிப்பையும் கொண்ட தாகவே இருக்கிறது. அதனால், அந்தக் காலகட்டத்தைச் சேர்ந்த

ஒரு பாடலானது நவீனத்துவ காலத்தில் புரிந்துகொள்வதுபோன்ற பிரத்தியேகமான தனிமனிதச் செயல்பாடாக இல்லாமல் சமூகச் செயல்பாடாகவே விளங்கியது. ‘பரம்பரை என்பது பல தலைமுறைகளால் மெருகூட்டப்பட்ட ஒரு கவிதை’ என்ற போர்ஹெஸ் கூற்று கபீரின் பாடல்களுக்கு மிகவும் பொருந்தக் கூடியது. பல தலைமுறைகளாக மெருகேறிய கவிதைகளின் தொகுப்பே நம் கைகளை வந்தடைந்திருக்கிறது.

கபீரின் பாடல்மரபின் வளர்ச்சியையும் மாற்றத்தையும் புரிந்துகொள்ள இந்தியப் பண்பாட்டின் இடைக் காலத்தின் மாற்றங்களைப் பற்றித் தெரிந்துகொள்வது அவசியம். ஜனநாயகத் தன்மையுடன் பேச்சுவழக்கில் எழுதப்பட்ட பாடல்களின் தன்மைகளுக்கு மாறாக எதிர்க்குணமும் புரட்சிக்கூறுகளையும் கொண்டவையாகப் பக்திப்பாடல்கள் படைக்கப்பட்ட பின்னர் அவை வேறு வகையான சவால்களை எதிர்கொண்டன. முதலாவதாக, இடைக் காலத்தில் தமக்கு முந்தைய காலத்தின் படைப்புகளை ஒரு சட்டகத்தில் அடைக்கும் தன்மை ஆரம்பமானது. ஒரு மரபின், குழுமத்தின், மடத்தின் வகைமாதிரிகளும் சட்டதிட்டங்களும் கறாராக வரையறுக்கப்பட்டன. நம்மவர் *x* அயலார் என மக்கள் பிரிக்கப்பட்டார்கள். இரண்டாவதாக, குறிப்பிட்ட படைப்புகளை ஒரு குழுமத்தினர் தமக்கான உரிமையாக எடுத்துக்கொண்டார்கள். மடங்களின், குழுமங்களின் அதிகாரத்திற்கும் மக்களின் மீது தங்களது அதிகாரத்தைச் செலுத்துவதற்கும் பொருளாதாரத்திற்கும் பக்திப்பாடல்கள் வழிகோலின. மூன்றாவதாக, பக்திப்பாடல்கள் கருத்துரீதியாக ஆற்றுப்படுத்தும் தன்மையை அடைந்தன. பாடல்களிலிருந்து எதிர்க்குணக் கூறுகளைப் பிரித்தும் சிலவற்றைப் பதிப்பிக்காமலும்

மாற்றி எழுதியும் புதுத் தொனியில் எழுதியும் வேறுவகையான விளக்கம் கொடுத்தும் நேரடியாக எழுதப்பட்ட ஒன்றுக்குக் குறியீட்டு அர்த்தம் கொடுத்தும் ஆசிரியரைத் தொன்மமாக்கியும் தங்களுக்கு வசதியான கருத்துநிலைக்கு ஏற்றவாறு மாற்றியும் இருக்கிறார்கள். கபீர் பாடல்கள், இத்தகைய சவால்கள் அனைத்தையும் எதிர்கொண்டன. 15ஆம் நூற்றாண்டின் மத்தியில் கபீர் பாடல்களில் இடம்பெறும் பேச்சுவழக்கையும் இசைவடிவத்தின் தாக்கத்தையும் வெவ்வேறு மனிதர்கள் தங்களுக்கேயான காரணங்களுக்காக மாற்றிக்கொண்டார்கள்.

பஞ்சாப் மாகாணத்தின் கிளைப்பிரிவினர் ஆரம்பக்கட்டத்தி லிருந்தே கபீர் பாடல்களைத் தொகுத்தும் அவர் பெயரில் எழுதியும் வந்தார்கள். இந்து முஸ்லீம் மதங்களின் வறட்டுத்தனமான கூறுகளை நிராகரிக்கும் போக்கு, கபீரின் மறைத்தன்மை, உன்மத்தத்தொனி, சமூகத்தன்மை போன்ற கூறுகள் வெளிப்படும் பாடல்களிலேயே அவர்களின் அழுத்தம் இருந்ததனால் அவ்வாறான பாடல்களை மட்டும் தங்களின் தொகுப்புகளில் சேர்த்துக்கொண்டார்கள். ராஜஸ்தானைச் சேர்ந்த குழுமத்தினர், இசைத்தன்மைக்கும் கடவுளிடம் உணர்ச்சிபூர்வமான சரணடைத லுக்கும் முக்கியத்துவம் தந்த அதேசமயத்தில் சமூகமாற்றம் பற்றிய பாடல்களைத் தவிர்த்தனர். எனவே, இந்து முஸ்லீம் மதங்களை விமர்சிக்காத பாடல்கள் முக்கியத்துவம் பெற்றன. இதற்கு மாறாக, கிழக்கு இந்தியக் குழுமத்தினர், கபீரைத் துறவி யாகவும் தத்துவஞானியாகவும் முன்னிலைப்படுத்தி, உருவ வழிபாட்டு மரபுகளையும் பண்டிதர்களையும் முல்லாக்களையும் கடுமையாக விமர்சனம் செய்யும் பாடல்களுக்கு முக்கியத்துவம் தந்து தொகுத்தார்கள்.

இம்மூன்று முக்கியமான மரபுகளைத் தவிர்த்த மற்ற இரண்டு மரபுகள் கபீரைக் கட்டுப்பெட்டித்தனத்தில் அடைக்க முயன்றன. அவை இராமானந்த சம்பிரதாயமும் நிரஞ்சனி சம்பிரதாயமும் ஆகும். இராமானந்த சம்பிரதாயத்தினர் பாடலின் அரூபத்தன்மையை நீக்கி, கபீர் என்னும் மனிதரைத் தொன்மமாக்கினர். நிரஞ்சனி சம்பிரதாயத்தினர் அரூபத்தன்மையான வழிபாட்டையும் உருவ வழிப்பாட்டின் பக்தியையும் கலந்து மிகவும் வரையறுக்கப்பட்ட முறையை முன்னெடுத்தார்கள். பீகார், உத்திரப் பிரதேசம், சத்தீஸ்கர், ஒரிசாவில் உள்ள, முன்பே குறிப்பிட்ட, கபீரின் மடங்களான ஐந்து அமைப்புகளும் தங்களுக்குள்ளாகப் போட்டியிட்டு பீஜக் போன்ற புத்தகங்களைத் தங்களுக்கேற்ற முறையில் பொருள்தரும்விதத்திலும் கருத்தைச் சொல்லும் வகையிலும் பதிப்பித்தனர்.

❍

கறாரான வரலாற்றுப் பார்வையில் பார்த்தால், 1450களைச் சேர்ந்த பக்திக் கவிஞர் ரவிதாஸின் பாடல்களில் கபீர் இடம்பெறுகிறார். மூன்றாவது சீக்கிய குரு அமர்தாஸ் (1479–1574) கபீரைப் பற்றி பேசுகிறார். நாபாதாஸ் (1600), பிரியாதாஸ் (1712) போன்ற வைணவ குருக்கள் கபீரின் வாழ்க்கை வரலாற்றை எழுதி அவரை விதந்தோதியிருக்கிறார்கள். அபுல் ஃபசலின் அயினி அக்பரிலும், அப்துல் திலாவியின் அக்பர் அல் அகியாரிலும் எடுத்தாளப்படும் விவரங்களிலிருந்து பதினாறாம் நூற்றாண்டிலேயே மக்களிடம் கபீர் எவ்வளவு பிரபலம் அடைந்திருந்தார் எனத் தெரிந்துகொள்ளலாம்.

இந்தியர்கள் மட்டுமின்றி, மேற்குலகின் மதப்பிரசாகர்களும் அதிகாரிகளும்கூடக் கபீரின் தனித்த குரலை உணர்ந்து பிரபலப்படுத்துவதில் முக்கியப் பங்காற்றினர். 18ஆம்

நூற்றாண்டில் இத்தாலியப் பாதிரியார் 'மார்க்கோ தோம்பா' முதல் இந்தப் பரம்பரை துவங்குகிறது. இவருக்குப் பின் எழுத வந்த ஐரோப்பிய ஆசிரியர்களின் புத்தகங்கள் எல்லாவற்றிலும் கபீருக்கு நிலையான இடமிருந்தது. வில்சன், கிரியர்சன், வெஸ்காட், மெக்காலிஃப் போன்றோரின் தொகுப்புகளால் கபீரின் புகழ் மேலும் ஓங்கியது. கபீரின் எதிர்குணம் நிரம்பிய தன்மையையும் சீர்திருத்தவாதக் குரலையும் படித்து, அவரைக் கிறிஸ்துவ சீர்திருத்த இயக்கத்தின் பாதிப்பாகப் புரிந்துகொள்ளும் போக்கும் இருந்தது. 19ஆம் நூற்றாண்டில் உருவெடுத்த ராதாசாமி சத்சங்கம் எனப்படும் பிரபலமான மதக்குழு, கபீர் பாடல்களைச் சுவீகரித்து, தனது பெல்வெடேர் பதிப்பகத்தின் மூலமாக அவற்றைத் தொகுத்தும், புதிதாகச் சில பாடல்களை எழுதியும் பெரிய அளவில் பிரபலமும் விற்பனை ரீதியாக வெற்றியும் அடைந்தார்கள். தாகூரின் ஆர்வத்தாலும் ஆதரவாலும் சாந்தி நிகேதனைச் சேர்ந்த ஷிதி மோகன் சென், நான்கு தொகுதிகளாகக் கபீர் பாடல்களை வங்காள மொழியில் மொழிபெயர்த்தார். அவற்றிலிருந்துதான் 100 பாடல்களைத் தாகூர் ஆங்கிலத்தில் மொழிபெயர்த்து ஐரோப்பிய, அமெரிக்க நாடுகளில் அவற்றைப் பிரபலப்படுத்தினார். அந்தப் பாதிப்பில் யேட்ஸ் தனது பாடலில் அன்னப்பறவையை ஆன்மாவின் குறியீடாக எழுதியது வரலாறு. கபீர் பாடல்கள் மகாத்மா காந்திக்கும் மிகவும் விருப்பமானதாகவும், அவரது ஆசிரமத்தில் தொடர்ந்து பாடப்படுவனவாயும் இருந்தன.

❍

முன்பே சொன்னதுபோல் கபீர் பாடல்கள் வாய்மொழிப் பாடல்களாகவே பிரபலமடைந்தன. பேச்சுமொழியில் அமைந்த

தோஹா எனப்படும் அவரது ஈரடிப்பாடல்களைச் சாதாரண மக்கள் பரவலாகப் பாடினர். இடைக்காலப் பக்தி இயக்கத்திலிருந்து இன்றைய காலகட்டம்வரை எளிய மக்களின் அன்றாட வாழ்க்கையில் கபீர் நீக்கமற நிறைந்திருக்கிறார். எழுத்தறிவற்ற பாமரர் தொடங்கிப் பள்ளிச்சிறார் வரை அனைவருமே கபீரின் சில வரிகளையேனும் தெரிந்து வைத்திருப்பதை இன்றும் வடநாட்டில் கண்கூடாகப் பார்க்கலாம். இயற்றி ஐந்நூறு ஆண்டுகள் கழித்தும் இப்பாடல்களை அறிவுஜீவிகள் முதல் பாமரர்வரை அன்றாடம் ஏதோவொரு வகையில் மொழிந்து வருகின்றனர். இத்தகைய பேறு மிகச் சிலருக்கே வாய்க்கும். அதேபோல் கபீரின் வருகைக்குப் பிறகு, வடஇந்தியாவில் தோன்றிய எல்லா அறிவு, இலக்கிய, ஆன்மீக இயக்கங்களிலும் அவரது பாதிப்பைக் காணலாம்.

கபீர் பாடல்களில் உருவ அமைதியையும் இலக்கணத்தையும் தேடக்கூடாது. அவற்றில் வியாபித்திருக்கும் உயிர்ப்பை, ஈரத்தை, படைப்பெழுச்சியை இனம் காண வேண்டும். சுருங்கச் சொல்வது (சுவைத்த இனிப்பைப் பற்றி விளக்கவியலாது தனக்குத்தானே முறுவலிக்கும் ஊமையனே காதலன்), அபாரமான சொற்சேர்க்கைகள், முரண்கள் மிகுந்த வாழ்க்கையிலிருந்து எடுக்கப்பட்ட எளிய உதாரணங்கள், நேரடியாகவன்றித் தலைகீழாக வெளிப்படுத்துவது போன்ற தன்மைகளிலேயே கபீர் முழுதும் ஆர்வம் காட்டியிருக்கிறார்.

'உலட்பான்சி' (ulatbansi) எனப்படும் உத்தியைக் கபீர் ஆர்வத்துடன் கையாண்டிருக்கிறார். 'புல்லாங்குழல் வாசிப்பு தலைகீழாகும் தருணம்' என்று இதைப் புரிந்துகொள்ளலாம். புல்லாங்குழலை வாசிப்பவன் ஒருகட்டத்தில் இசையில்

மெய்மறந்திருக்க, யார்யாரை இசைக்கிறார்கள் என்ற நிலையைக் கடந்து, இசையும் இசைப்பவனும் ஒன்றாகிவிடுகிறார்கள். அந்நிலையில் புல்லாங்குழல் இசைப்பவனை வாசிக்கிறது. இதைத்தான் 'உலட்பான்சி' என இந்திக் கவிதை மரபு குறிப்பிடுகிறது. சிலரால் கவிதை வடிவமாகவும் புரிந்துகொள்ளப்படும் இந்த முறையைக் கபீர் தன் பாடல்களில் பரவலாகப் பயன்படுத்தியுள்ளார். எதிரெதிர் நிலையிலுள்ள கருத்துகளை மோதவிட்டும், யதார்த்த உலகில் நடைமுறையில் சாத்தியமில்லாததாகத் தோன்றும் ஒன்றை நிகழ்த்திக்காட்டியும், காரணகாரிய செயல்பாட்டைப் புரட்டிப்போட்டும் இத்தகைய தருணங்களை வந்தடைகிறார் கபீர். செயலின் தீவிரத் தன்மையிலிருந்து மௌனத்தை, கவித்தருணத்தை, உணர்ச்சிவெடிப்பை வந்தடைகிறார். ஆன்மீகக் கருத்துக்களை மக்களிடம் கொண்டு சேர்க்க யதார்த்த வாழ்க்கையின் உதாரணங்களைக் கையிலெடுக்கிறார். ஆனால் சொல்லப்படும் உதாரணங்களைத் தலைகீழாக மாற்றி அமைக்கிறார். சாத்தியமில்லை என நினைப்பவற்றை நிகழ்த்திக் காட்டுகிறார். 'குருடனுக்கு வாய்த்தது துல்லியப் பார்வை, பார்வை வாய்த்த கண்களுக்கோ ஒன்றுமே புலப்படவில்லை', 'அனாதையாய் இருந்தவன் திடீரென அரசனாகிறான், நாடாண்டவனோ பிச்சைக்காரனாகி நடுத்தெருவில் நிற்கிறான்', 'சர்ப்பங்களைக் காவல் காக்கின்றன தவளைகள், என்ன விசித்திரம்? சிங்கத்தை வேட்டையாடுகிறது குள்ளநரி' என்று பல உதாரணங்களைச் சுட்டிக்காட்டலாம்.

கபீரின் கடவுள் ஒருவரே. நிர்குணமானவர். உருவங்களில் அடங்காதவர். கபீர் வாழ்ந்த காலத்தில் இராமன் கடவுளாகவும், இராமன் என்ற பெயர் கடவுள் என்ற வார்த்தைக்கு இணையாகவும் பயன்பாட்டிலிருந்ததால் பெரும்பாலான பாடல்களில்

இராமன் என்ற சொல்லைக் கடவுள் என்பதற்கு ஈடாகக் கபீர் பயன்படுத்துகிறார். அதேசமயம், மனிதனின் மனம் கனிந்து கடவுளோடு ஐக்கியமாகி விடுவதையும் கபீரின் பாடல்களில் அடிக்கடிப் பார்க்கலாம். பக்தியை, கடவுளை மீண்டும்மீண்டும் நினைத்துக்கொள்வதை, கடவுளின்பால் சரணாகதியை அவர் தொடர்ந்து வலியுறுத்துகிறார். இந்தப் பார்வை அவரை இராமனுஜரோடும் சூஃபிக்களோடும் சேர்க்கிறது. 'கடவுளை அடையும் வழி சுலபமானது அல்ல. வாழ்வின் சுகத்தைத் துறந்தவர்களாலும், மரணத்தை நேர்கொள்ளத் தயாராக இருப்பவர் களாலும், தேவைப்பட்டால் உயிரையே துறப்பவர்களுக்குமே அவ்வழி திறந்து கிடக்கிறது' என்பதையும் அவர் சுட்டுகிறார்.

கபீர் தனது பாடல்களில் 'வார்த்தை' அல்லது 'சொல்' என்ற பதத்தைப் பல இடங்களில் பயன்படுத்துகிறார். இந்திய மரபைச் சேர்ந்த ஓர் ஆன்மிகவாதி உள்ளுணர்தலையும் புரிதலையும் அடிப்படையாகக் கொண்டு பகரும் ஒன்று என்ற தன்மையிலேயே இப்பதங்களை 'சபத்' என்ற வார்த்தையைக் கொண்டு சுட்டுகிறார் கபீர். பிரபஞ்ச சக்தியின் ஆசியால் வாய்த்த ஒன்றாகவும், மேன்மையான குருவின் வாக்காகவும் இதைப் புரிந்துகொள்ளலாம்.

பக்தி காலத்தின் ஆகச்சிறந்த குணமான மனித சகோதரத்துவத்தைக் கபீரின் தனித்துவமாகப் பார்க்கலாம். சாதி வழமையையும் பிராமண ஆதிக்கத்தையும் காட்டமாகச் சாடிக்கொண்டே இருந்திருக்கிறார். இந்து முஸ்லீம் மதங்களில் தான் கண்ட மூடத்தனங்களையும் வறட்டுவாதங்களையும் ஈவிரக்கமின்றி விமர்சிக்கிறார். 'மசூதியின் மீதேறி அலறுகிறான் முல்லா, அப்படியென்ன செவிடாகிவிட்டதா கடவுளின்

காது' என்று மதங்களின் கட்டுப்பெட்டித்தனத்தை முழுதாக மீறிய ஒருவரே எழுத முடியும். 'தீர்த்தத்தில் முழுகுவதால் கிடைக்குமென்றால் தவளைக்கு எப்போதோ கிடைத்திருக்கும் மோட்சம்' போன்ற கூரிய விமர்சன வரிகளைப் பாடல்கள் பலவற்றில் காணலாம்.

சீக்கிய மதத்துக்கு நெருக்கமானவராக இருந்திருக்கிறார் கபீர் என்று கருத இரண்டு காரணங்கள் உண்டு. ஒன்று, இல்லற வாழ்வை மேற்கொண்டிருந்தபோதும் அவரால் ஒரு ஆன்மீகவாதியாக விளங்க முடிந்தது. இது பக்தி காலகட்டத்தின் அநேகக் கவிஞர்களிடையே காணமுடியாத சிறப்பாகும். இரண்டாவது, அவர் தனது பிழைப்புக்காக நெசவுத் தொழிலை மேற்கொண்டபடியே பக்தி உலகத்திலும் மிகுந்த சிரத்தையுடன் இருந்திருக்கிறார்.

மரணத்தின் இருப்பு கபீரின் பாடல்பரப்பு முழுதிலும் வியாபித்திருக்கிறது. மனித வாழ்க்கையின் நிலையாமையையும் மாயத்தன்மையையும் அவரது பாடல்கள் நினைவூட்டிக்கொண்டே இருக்கின்றன. வாசகன் மறந்துவிடுவானோ என்ற எண்ணத்துடன் மரணத்தை மீண்டும் மீண்டும் அவன் முன் நிறுத்துகிறார் கபீர். அதுவும் வறியவர்களின் வாழ்க்கையில் மரணம் வெகு இயல்பாகவும் விரைவாகவும் வந்துவிடுகிறது என்கிறார். ஏழைகள் எனும் பிரயோகம் ஒருகட்டத்தில் ஆன்மீக அர்த்தத்தை அடைந்துவிடுகிறது. வாழ்வின் அற்பத் தன்மைக்கும் மனிதர்களின் அகந்தைக்கும் திமிருக்கும் பொருளாசைக்கும் நேரெதிராக மரணத்தை நிறுத்துகிறார் கபீர். இதற்கான எண்ணற்ற உதாரணங் களை இத்தொகுப்பில் காணலாம். மரணத்தைக் குறித்து இவ்வளவு எழுதிய இந்தியக் கவிஞர்கள் மிகக் குறைவே.

பாடலின் விநோதமான வெளிப்பாட்டிற்கும் வீரியத் தன்மைக்கும் பேர்பெற்ற கபீர், யதார்த்த வாழ்க்கையிலிருந்தே உதாரணங்களை எடுத்தாள்கிறார். அவற்றில் நெசவுத் தொழில் மிகப் பிரபலமான ஒன்று. கடனாளியாகித் தெருவில் நிற்பது, அதனால் பெறும் கடும் தண்டனை, வியாபாரம், நெடுஞ் சாலை வழிப்பறி, பித்தலாட்டம், சூதாட்டம், விபச்சாரம், விவசாயம், நீர் பாய்ச்சுவது, விளைச்சலைக் காப்பது, மாடு மேய்த்தல், பால் கறத்தல், வேட்டையாடுதல் என அன்றாட வாழ்வின் பல நிலைகளையும் தனது பாடல்களில் கையாள்கிறார். அவ்வாறிருந்தும் கடைசியில் அவரது பாடல்கள் வைரத்தைப் போல அபூர்வமான தன்மையையும் விேனாதமான ஒளிர்வையும் பன்முக அற்புதத்தையும் வெளிப்படைத்தன்மையையும் அடைந்திருக்கின்றன.

❍

கபீரின் பாடல்களைப் பலர் ஆங்கிலத்தில் மொழிபெயர்த் துள்ளனர். பெரிதும் எந்திரத்தனமும் பண்டிதத்தனமும் மிக்க மொழியில் அவை அமைந்துள்ளன. இருப்பினும் குறிப்பிடத் தகுந்த சிலவற்றைச் சொல்ல வேண்டும். விநய் தார்வாட்கரின் மொழிபெயர்ப்பையும் ஆங்கிலக் கவிஞர் அர்விந்த் கிருஷ்ண மெகரோத்ராவின் முயற்சியையும் முக்கியமானதாகக் கருதுகிறேன். லிண்டா ஹெஸ், வாடிவெல், ராபர்ட் பிளை ஆகியோரின் முயற்சிகளும் பொருட்படுத்தத்தக்கவையே. விநய் தார்வாட்கர் மூலத்திற்கு உரிய மரியாதை கொடுத்து, கவித்துவம் குன்றாமல் தந்திருக்கிறார். மொழிபெயர்ப்பில் தனது ஆதர்சமாக விளாடிமிர் நபக்கோவைக் கருதும் அவர் மூலத்திற்கு நெருக்க மான ஒரு நடையைக் கையாண்டிருக்கிறார். இதற்கு நேர்

எதிராக அரவிந்த் கிருஷ்ண மெகரோத்ரா மிகுந்த உரிமையுடன் கவித்துவத்தை மட்டும் குறிக்கோளாகக் கொண்டு தாராளமான ஒரு நடையில் மொழிபெயர்த்திருக்கிறார்.

எனக்குத் தெரிந்து தமிழில் இதுவரை மூன்று முயற்சிகள் நடந்துள்ளன. வேங்கடகிருஷ்ண அய்யங்கார் (சாகித்ய அகாதமி வெளியீடு), டி.ஆர். பஞ்சாபகேசன் (என்.பி.டி. வெளியீடு), டி. சேஷாத்ரி ('கபீர் அருள்வாக்கு') ஆகியோரின் மொழியாக்கங்கள் வெளியாகியுள்ளன. இந்த மூன்றுமே மிகுந்த முயற்சியெடுத்து உருவானவை. ஆனால் பண்டிதத் தன்மையுடன் வறண்ட நடையுடனும் அமைந்த இவை கவித்துவமின்றி வெற்றுத் தத்துவக் கருத்துக்களாக வாசிப்பு அமைதியையும் கவித்துவ அனுபவத்தையும் குலைத்துவிடுவதாக அமைந்திருப்பது துரதிர்ஷ்டமே.

❍

மிகப்பெரும் பாரம்பரியம் கொண்ட தமிழ்க் கவிதைகளோடு கபீரின் பாடல்களை ஒப்பிட்டால் அவற்றைத் தோராயமாக ஆழ்வார், நாயன்மார் பாடல்களுக்கும் சித்தர் பாடல்களுக்கும் (ஆண்டாளையும் சிவவாக்கியரையும் இணைக்கும் புள்ளி) இடையில் வைக்கலாம். ஆழ்வார், நாயன்மார் பாடல்களின் இசைத்தன்மையையும் கடவுள் பக்தியும் சரணாகதித்தன்மையும் நாயகிபாவ உருக்கமும் கபீர் பாடல்களிலும் காணலாம். அதேசமயம், சித்தர் பாடல்களிலுள்ள விமர்சனம், வறட்டுத் தனமான மரபைக் கேள்விக்குள்ளாக்குவது, பிராமணியத்துக்கு எதிரான போக்கு, எளிய மொழிப்பிரயோகம், எல்லாரும் பாடக்கூடிய சாதாரணத்துவம் போன்ற பண்புகள் கபீரிலும் வீரியத்துடன் அமைந்திருக்கின்றன. இது மட்டுமன்றிக் கபீர் பாடல்கள் சுலபமாக மொழிபெயர்க்கப்படும் தன்மையையும்

கொண்டுள்ளன. அபாரமான படிமங்கள், உவமைகள், பொதுப் புழக்கத்திலிருக்கும் வழக்குகளின் கச்சிதமான பிரயோகம், வாய்ப்பாட்டுத் தன்மைக்குள் அடைபடாத பாடல்கள் எனக் கபீர் எந்தவொரு மொழியிலும் புதிதாகவும் வீரியத்துடனும் செறி வோடும் வந்து சேர்கிறார்.

நீண்டதும் செறிவானதுமான தமிழ் பக்திக் கவிதை மரபில், கபீர் எதற்கு என்ற கேள்வியும் எழலாம். இந்திய ஆன்மீகக் கவிமரபில் மிகவும் பிரபலமான கவிஞர் தமிழுக்கு வரவேண்டு மென்கிற ஆர்வம் ஒரு காரணம். முந்தைய முயற்சிகள் அவ்வளவு படைப்பூக்கத்துடன் அமையவில்லை எனத் தோன்றியது கூடுதலான காரணம். பக்தியும் காதலும் தத்துவார்த்தச் சரடும் இன்றைக்கும் நவீனமாகவே ஒளிக்கும் குரலுமென அனைத்தும் கலந்த அபூர்வமான ஒற்றைக்குரல் தமிழில் வர வேண்டும் என நினைத்தேன். இந்துஸ்தானி சாஸ்திரீய இசையிலும், பக்திப்பாடகர்களிடமும், தலித் கலைஞர்களிடமும், தென்னிந்தியா, பாகிஸ்தான் போன்ற எதிர்பாரா இடங்களிடமும்கூடத் தீவிரத்துடன் பாடப்படும் கபீர் பாடல்கள் தமிழில் அவசியம் வந்தாக வேண்டும் எனக் கருதினேன். இவ்வளவு காலம் தாண்டியும் படைப்பூக்கம் குன்றாத படிமங்களுடன் வீரியத்தோடு இருக்கும் பாடல்களைத் தமிழில் கொண்டுவருவது அவசியமெனவும் எனக்குச் சவாலாகவும் உபயோகமாகவும் இருக்கும் எனவும் தீர்மானித்தேன்.

நான் கபீரைப் படிக்கத் துவங்கியது ஆங்கில மொழிபெயர்ப்பின் வழியாகத்தான். குறிப்பாக பெங்குவின் வெளியீடான விநய் தார்வாட்கரின் ‘நெசவாளனின் பாடல்கள்’ தொகுப்பும், ஹேட்செட் பதிப்பகத்தின் வெளியீடான ஆங்கிலக்

கவிஞர் அர்விந்த் கிருஷ்ண மெஹரோத்ராவின் 'கபீரின் தேர்ந்தெடுக்கப்பட்ட பாடல்கள்' தொகுப்பும் எனக்கு மிகச் சிறப்பான அறிமுகங்களாக அமைந்தன. இதன் பின்னரே மெதுவாக மூலப்பிரதிகளாகக் கருதப்படும் தொகுப்புகளைப் படிக்கலானேன். நிறைய இந்தி நூல்களை வாங்கிக் கொஞ்சம் கொஞ்சமாகப் படித்தாலும், ராம்கிஷோர் சர்மாவின் 'கபீர் கிரந்தாவளி'யையும், ஹசாரிபிரசாத்தின் தொகுப்பையும் முக்கியமாக எடுத்துக்கொண்டேன். பணியில் சேரும்வரை இந்தியின் வாசனையையே நுகராது, பிறகு இந்தியில் சுமாரான பரிச்சயம் கொண்ட ஒரு தமிழனுக்கு இந்தியில் கவிதையை வாசித்துப் புரிந்துகொள்வது எவ்வளவு சிரமமானது என விளக்கத் தேவையில்லை. அதுவும் கபீரின் பாடல்கள் இந்தி மொழியின் நவீனக் கவிஞர்களான கேதார்நாத் சிங்கும் குன்வர் நாராயணனும் எழுதிய கவிதைகள் போன்றவை அல்ல. ஐந்நூறு ஆண்டுகளுக்கு முன்பு அவதி மொழியில் அமைந்த பாடல்கள். இந்தியைத் தாய்மொழியாகக் கொண்டவனுக்கேகூடச் சிரமத்தைத் தரக்கூடியவை. சுருங்கச் சொன்னால், கபீரின் மூலப் பாடல்களைக் கொஞ்சம் நேரடியாகவும் கொஞ்சம் விளக்கவுரைகளின் துணையோடும் தேவையான இடங்களில் அங்கங்கே ஆங்கில மொழிபெயர்ப்பின் உதவியோடும்தான் வாசித்தேன், புரிந்துகொண்டேன், பின்பு மொழிபெயர்த்தேன்.

கபீரின் பாடல்தொகுப்பு கொண்டுவருவதாக முடிவானபோது, எவ்விதப் பாடல்களை மொழிபெயர்ப்பது என்று கேள்வி எழுநதது. அவரின் வெவ்வேறு விதமான பாடல்களைப் படித்தபோது முக்கியமானவையும் பிரபலமுமான பல பாடல்கள்கள் தாமாகவே தெரிவாயின. தோஹா, சாகி, ரமைணி ஆகிய முக்கியமான

பாடல்வகைகளைப் பிரதிநிதித்துவப்படுத்தும் படைப்புகள் அவசியமாயின. பெரும்பாலான பாடல்கள் இலக்கியத் தரத்துக்காகவோ, இன்றைக்கும் உயிர்ப்புடன் இருக்கும் படிமத்தாலோ, கபீரின் தத்துவப் பார்வையைக் கவித்துவமாகச் சொல்லும் பாடலாகவோ இருந்ததால் சேர்க்கப்பட்டன. மிகச் சில பாடல்கள் வட இந்திய மக்களிடம் கொண்ட தீவிர பிரபலத்தால் இடம்பெற்றன. சொற்ப எண்ணிக்கைப் பாடல்கள் நன்றாகவும் மேலான இசைத்தன்மையோடும் இருந்தும், மொழிபெயர்ப்பின் சல்லடையைத் தாண்டமுடியாமல் தோற்றுப்போனது துரதிருஷ்டமானது. முடிவாகச் சொன்னால், தொகுப்பின் விரிவிலும், கவிஞரின் உலகைப் பிரதிநிதித்துவப்படுத்தியதிலும், முக்கியமான பாடல்களைத் தேர்வு செய்ததிலும் இத்தொகுப்பு ஓரளவு வெற்றி பெற்றிருக்கிறது என்றே சொல்வேன். பாடலின் மொழிபெயர்ப்பு எவ்வளவு வெற்றி பெற்றிருக்கிறது என்பதை வாசகர்கள்தான் சொல்ல வேண்டும்.

மொழிபெயர்க்கும்போது சில பாடல்களுக்கு ஆங்கில மூலமும் இருந்ததால், அவதி மொழியின் மூலவடிவத்தில் இருந்து செய்யும்போது வசதிக்காக ஆங்கிலப் பிரதியையும் ஒப்புநோக்கிச் செய்தேன். அப்படிப்பட்ட தருணத்திலும் அவதி மூலத்திற்கு விசுவாசமாகவே செய்தேன். சில தருணங்களில் தேவைக்கேற்ற மாற்றம் அவசியமாயிருந்தது. உதாரணமாக, ‘நன்றாக இருந்த மாளிகை வீழ்ச்சியைக் கண்டபோது காகங்கள் கரையும் இடமாகிவிட்டது’ என்பதை ஆந்தைகள் அலறும் இடமாக மாற்றினேன். அதே சமயம், சில ஐதீகங்கள் மூலத்தில் இருந்ததுபோலவே வைக்கப்பட்டன. ஸ்வாதி நட்சத்திரத்தின்போது பொழியும் முதல் மழைத்துளி சிப்பியின்மீது பட்டால் அது முத்தாக

மாறும் என்ற வடஇந்திய ஐதீகத்தை உட்கொண்ட தோஹாவை அப்படியே மொழிபெயர்த்தேன். இத்தொகுப்பைப் பாடல்களாகப் புரிந்துகொள்வதா கவிதைகளாக எடுத்துக்கொள்வதா என யோசித்தபோது மூலத்தில் எழுத்துவடிவமாக இல்லாமல் வாயால் சொல்லப்பட்டதாகவும், பாடுவதற்கு உகந்ததாகவும் இருந்ததால் பாடல்களாகவோ கருத வேண்டும். ஆனால் இதை மொழிபெயர்க்கும் வடிவம் தமிழின் நவீனக் கவிதை நடையில் இருப்பதால், தமிழில் மொழிபெயர்ப்புக் கவிதைகள் எனச் சுட்ட வேண்டும் என்றே கருதுகிறேன்.

இத்தொகுப்பின் 120 பாடல்களையும் தேர்ந்த பின்னர் எந்த வரிசையில் வைப்பது என்ற பிரச்சனை எழுந்தது. தோஹா ஈரடிகளால் ஆனது. நவீன தமிழ்க்கவிதை வடிவத்தில் செய்யும்போது ஐந்து வரிகள் வரையிலும் நீண்டுவிட்டன. சாகியும் ரமைணியும் ஒரு பக்க அளவிலிருந்து மூன்று பக்கம் வரை நீண்டன. கபீரின் மொழிபெயர்ப்புத் தொகுப்புகளில் பெரும்பாலும் தோஹா ஒரு தனிப்பகுதியாகவும், மற்றவை தனித்தனிப் பகுதி களாகவும் வந்திருக்கின்றன. இதைப்பற்றி நண்பர்களிடம் பேசிய போது அனைத்துவகைக் கவிதைகளையும் கலந்து வரிசைப்படுத்தி னால் என்ன என்று தோன்றியது. எனவே அப்படியே செய்தும் இருக்கிறேன். தோராயமான வரிசையே இது. இதில் காதல், பக்தி, தலைகீழ்ப்பாடல்கள், தத்துவம் சார்ந்த பாடல்கள் அனைத்தும் கலந்தே உள்ளன. மூலத்தில் தலைப்பு எதுவும் இல்லாமல், எண்ணாலும் ராகத்தாலும் அடையாளப்படுத்தப்பட்ட பாடல்களுக்குப் பொருத்தமான தலைப்பிட்டிருக்கின்றேன்.

மொழிபெயர்ப்பின் முதல்பிரதியைப் படித்த எம். கோபால கிருஷ்ணனும் க. மோகனரங்கனும் மிகுந்த சிரத்தையோடு

செழுமைப்படுத்தினார்கள். ஆ.இரா. வேங்கடாசலபதி தனது கடும் பணிச்சுமைக்கு இடையிலும் மொழிபெயர்ப்பைப் பற்றி முழு ஆர்வத்தோடு கேட்டவாறும், ஊக்குவித்தும், முழுப்பிரதியையும் படித்து மிகமுக்கியமான திருத்தங்களையும் ஆலோசனைகளையும் வழங்கினார். கவிஞர் இசை தனது அபிப்பிராயத்தை வழங்கி தொகுப்பு மேம்பட உதவினார். நண்பர் சத்தியமூர்த்தியின் முடிவற்ற அச்சுறுத்தலின்றி எனது ஆமைவேக இலக்கியப் பங்களிப்பு ஒரு அங்குலம்கூட நடந்திருக்காது. கண்ணனும் சுகுமாரனும் தொகுப்பை வெளியிடுவதில் தொடர்ந்து ஆர்வம் காட்டினார்கள். ஸ்ரீனிவாசன், சுந்தர், பொன்ராஜ், ஆனந்த், தங்கமணி ஆகியோரின் ஆர்வமின்றி இத்தொகுப்பு வெளிவந்திருக்காது. குடும்பத்தினரின் பொறுமையும் சகிப்புத்தன்மையும் தொகுப்பு வெளிவருவதில் காட்டிய தொடர்ந்த ஆர்வமும் இன்றி இலக்கியத்தை நோக்கிக் கடைக்கண்ணால்கூட நான் பார்த்திருக்கமுடியாது. அனைவருக்கும் எனது நன்றியும் வணக்கமும்.

ஜெய்ப்பூர்   செங்கதிர்
02.09.2018

சொல்

சொல் காயப்படுத்தி வீழ்த்துகிறது ஒருவனை.
சொல் தட்டிப் பறிக்கிறது மற்றொருவனின் மணிமுடியை.
சொல்லை உய்த்துணரும் ஒருவனுக்கே
அனைத்தும் இனிதாக முடிகிறது.

❍

கபீர்

அற்புதம்

மசியையோ காகிதத்தையோ
தொட்டதில்லை நான்.
எழுத்தாணியைப் பற்றியதும் இல்லை
எனது கரங்கள்.
நான்கு யுகங்களின் அற்புதத்தை
எடுத்துரைக்கும் கபீரின் உதடுகள்.

o

சூறைக்காற்று

சகோதரா!
ஞானத்தின் சூறைக்காற்று சுழன்றடித்து
எனது கப்பலைத் தாக்கியது.
பிரமையின் திரைச்சீலைகள்
கிழிந்தன.
மாயையின் கயிறு
அறுந்தது.
இருண்மையின் பாய்மரம் உடைந்து
மனக் குழப்பத்தின் தூண்கள் சரிந்தன.
காற்றின் வேகம்
அனைத்தையும் நொறுக்கியது.
ஆசையின் கூரை
கப்பல்மீது விழுந்தது.
சூறைக்காற்று ஓய்ந்து
பின்னர் பெய்த மழையில் நனைந்து ஈரத்தில்
நொதித்துப்போனேன்.

கபீர் சொல்கிறேன்
மறுநாள் புலரியில் இருள் நீங்கி
எனது மனம் சுடரத் துவங்கியது.

O

கெட்டழிதல்

இராமனின் பெயரால் சொல்கிறேன்
ஒன்றுக்கு இரண்டுமுறை
யோசித்துக்கொள்
என்னைப் போன்றவனின்
கூடாநட்பு தேவையா என.

சந்தனத்தின் நட்பால்
வேம்பும் கெட்டழிந்து சந்தனமாகியது.
ரசமணியின் தொடுதலால்
இரும்பும்
கெட்டழிந்து தங்கமாகியது.

கங்கையை வந்தடையும் பெயரற்ற ஓடை ஒவ்வொன்றும்
கெட்டழிந்து கங்கையாக மாறியது.

கபீர் சொல்கிறான்
இராமனின் பெயரை உச்சாடனம் செய்யும்
எவரும்
கெட்டழிந்து இராமனேயாகிறார்.

O

வீடுபேறு

மெல்ல மெல்ல
ஒவ்வொருவராய்
வாயிலிட்டு மென்று விழுங்கினேன்.
முதலில் பாட்டியை,
பின்னர் அம்மாவை.
அடுத்ததாகச் சகோதரனை.
பிறகு
மாமனைத் தின்றேன்
மைத்துனனை விழுங்கினேன்.
மாமனாரையும்
பிற சுற்றத்தாரையும் சாப்பிட்டபின்னர்
மென்று விழுங்கினேன்
நகரவாசிகள் அனைவரையும்.

கபீர் சொல்கிறேன்
இத்தனை பேரையும்
விழுங்கிச் செரித்தப் பின்னரே
நான்
எனது தலைவனின்
வீடடைந்தேன்.

O

செப்பிடு வித்தைக்காரனின் மாயக்குடுவை

துறவியே,
இந்தக் கவிதை உனக்காகவே.
ஆற்றைக் கடக்கப் படகில் ஏறியவன்
நட்டாற்றில் மூழ்கிப்போகிறான்.
ஓடம் ஏதுமற்றவன்
அனாயாசமாக ஆற்றைக் கடக்கிறான்.
காட்டுப் பாதையில் சென்றவன்
எளிதாக நகரம் போய்ச் சேர்ந்தான்.
நெடுஞ்சாலையைத் தேர்ந்தவன்
வழிப்பறிக்கு ஆளானான்.
நம் அனைவரையும் பிணைக்கும் கயிறு ஒன்றே.
அது சிலரைக் கட்டிப்போடுகின்றது.
சிலரை விடுவிக்கிறது.
கோயிலுக்குப் போனவன் பாவத்தில் மூழ்கினான்
வெளியிலே இருந்தவன் புண்ணியனாய் நின்றான்.
அம்பினால் காயப்பட்டவன் மகிழ்ச்சியில் திளைத்தான்
ஆபத்திலிருந்து தப்பியவன் துக்கத்தில் விழுந்தான்.
குருடனுக்கு வாய்த்தது துல்லியப் பார்வை.
பார்வை வாய்த்த கண்களுக்கோ ஒன்றுமே
புலப்படவில்லை.

கபீர் சொல்கிறேன்,
நான் நன்கு புரிந்துகொண்டேன்
இவ்வுலகம்
செப்பிடு வித்தைக்காரனின் மாயக்குடுவை.

O

பசலை

தோழிகளின் முற்றத்தில்
களித்து விளையாடிக்கொண்டிருந்தேன் நாள்முழுதும்.
பசலையின் கொடி என்மீது படரலாயிற்று
அவனது மதில்சூழ் மாடவீட்டினுள்
உடல் நடுங்கப் படியேறுகிறேன்.
பேரானந்தமே நோக்கமெனில்
உதறி எறியவேண்டும் கூச்சத்தை
கட்டி அணைக்க வேண்டும் காதலனை
முக்காடு நீக்கி முந்தானை நழுவ
கண்களின் தீபமேந்தி
ஆராதிக்கவேண்டும் அவனை.

கபீர் சொல்கிறேன் கேளுங்கள் துறவிகளே
காதலின் நுனிநாக்கால் தீண்டப்பட்டவளே
அறிவாள் என் அரற்றலை.
பசப்புவார் மற்றோரெல்லாம்.

○

சொல்லும் செயலும்

உதட்டிலிருந்து உதிரும் வெற்று வார்த்தைகள்
இனிப்பில் நனைத்தெடுத்த பண்டங்கள்.
செய்யும் செயலோ
நஞ்சூறிய ரொட்டித்துண்டு.
ஆற்றுவிக்கும் சொல்லும் செயலும் ஒன்றானால்
நஞ்சும் பரிணமிக்கும் அமுதாக.

o

எரித்தல்

எனது வீட்டை
நானே எரித்துவிட்டேன்
கையிலிருந்த தீப்பந்தம் கொண்டு
என் அடியவர் கூட்டத்தில் வந்துசேரும்
அவனது வீட்டையும் அவ்விதமே சாம்பலாக்குவேன்.

o

கடல்

மற்றவர் அருந்தவென
நீர் சுமந்தவாறு
அங்குமிங்கும் ஏன் ஓடுகிறாய்?
ஒவ்வொரு வீட்டிலும் இருக்கிறது
கடல்.
தாகம் கொண்டவன்
நீரைக் கண்டடைவான்
எப்படியும்.

o

நஞ்சும் அமுதும்

சந்தன மரத்தைச்
சுற்றியிருக்கிறது நாகம்.
என்ன செய்யவியலும் சந்தனத்தால்?
ஒவ்வொரு துளையினையும்
நிரப்பியிருக்கிறது நஞ்சு.
சுரந்து வெளிவர வழியேதும் இல்லை
அமுதிற்கு.

O

உடல்

கோரக்கர் மகாயோகி.
எரிக்காமல் வைத்திருந்தனர் அவர் உடலை
இருந்தும் மண்ணோடு மண்ணாகியது.
உயிரோடு இருந்தவரையிலும் அர்த்தம் ஏதுமின்றி
உடலை மெருகூட்டிக்கொண்டிருந்தார் அவர்.

O

சந்தேகம்

முழு உலகையும் உடைத்து
துகளாக்குகிறது சந்தேகம்.
சந்தேகத்தை உடைக்க யாரால் இயலும்?
சொல்லைப் பிளக்கத் தெரிந்தவன் எவனோ
அவனே சந்தேகத்தையும்
அடித்து நொறுக்குவான்.

o

குடிசை

எங்கெங்கோ தேடுகிறாய்
உன்னருகில் இருக்கும் என்னை.
தீர்த்தக்கரைகளில் இல்லை
திருத்தலங்களில் இல்லை நான்
தன்னந்தனியாகவும் இல்லை.

பளிங்குக்கோயிலில் இல்லை
பள்ளிவாசலிலும் இல்லை
காபாவில் இல்லை நான் கைலாசத்திலும் இல்லை.
உன்னருகில் இருக்கிறேன்.

தாந்திரீகத்தில் இல்லை
தவம் செய்வதிலும் இல்லை.
விருந்தில் இல்லை
விரதத்திலும் இல்லை.
சடங்குகளில் இல்லை நான்
சன்னியாசத்திலும் இல்லை.

உயிரில் இல்லை உடலில் இல்லை
முடிவேயில்லாத ஆகாயத்திலும் இல்லை.
உள்ளொடுங்கும் குகையில் இல்லை நான்
உயிரிகளின் உயிரிலும் இல்லை.

நீ தேடுவது உண்மையெனில்
மின்னி மறையும் கணங்களில் கிடைத்திடுவேன்.

கபீர் சொல்கிறேன்
கவனமாகக் கேளுங்கள் துறவிகளே
நான் வாழ்வது நம்பிக்கையெனும் குடிசையில்.

O

பிரபஞ்ச லீலை

துறவியே,
எவ்வளவு விந்தையானது
இந்தப் பிரபஞ்சத்தின் லீலை.

அனாதையாய் இருந்தவன்
திடீரென அரசனாகிறான்.
நாடாண்டவனோ
பிச்சைக்காரனாகி
நடுத்தெருவில் நிற்கிறான்.
எதுவுமே அரும்பாத மரத்தில்
சந்தனத்தின் நறுமணம் கமழ்கிறது.

நீரில் மட்டுமே திளைத்திருந்த மீன்
வன ராஜனாக பவனிவருகிறது.
கானகத்தை ஆண்ட சிங்கமோ
கடலில் விழுந்து
மூச்சுக்காகத் திணறுகிறது.

குப்பையில் முளைத்த கொடி
காற்றின் சுவர்களில் படரும்
மல்லிகையாகிறது.
அதன் இதழ்களிலிருந்து
நறுமணம் திசையெட்டும் கமழ்கிறது.

மூவுலகிலும் நடந்தேறும்
இந்த அபத்தத்தைப் பார்க்க
குருடனுக்குப் பார்வை வாய்க்கிறது.
மேருவைத் தாண்டும் சக்தி
வாமனனுக்குக் கிடைக்க
அவனோ மூவுலகையையும்
தன் சிற்றடிகளால்
அனாயாசமாக அளக்கிறான்.

ஆத்ம தரிசனத்தை
அடைந்த ஊமையனிலிருந்து
ஞானத்தின் சொற்கள் பெருகி வழிகின்றன.
ஆகாயத்தை வாகாகச் சுருட்டி,
பாதாளத்தின் ஆழத்தில் வீசிய
சேஷ நாகம் துயிலெழும்பிச்
சொர்க்கத்தின் அரியணையில்
அமர்கிறது.

கபீர் சொல்கிறான்
இராமனே இங்கு ராஜா.
அவன் செய்யும் எதுவும்
எத்தனை விந்தையாயினும்
அற்புதமாகவே அமையும்.

o

நிந்தனை

மக்கள் எல்லாரும்
என்னை நிந்திக்கிறார்கள்.
அழுக்கை அள்ளி இறைத்து
என்னைச் சாக்கடை ஆக்குகிறார்கள்.
அவர்கள் அறியார்:
நிந்தனை எனது தாய்
நிந்தனை எனது தந்தை.

உனது பெயர் களங்கமானால்
வைகுந்தம் வாய்க்கும் உனக்கு.
உனது பெயரின் உண்மையான அர்த்தம்
மனதின் வெளியில் தெளிவடையும்.

எத்தனை அவப்பெயர்கள்!
அத்தனையும் கேட்டுக் கேட்டு
நான் பரிசுத்தமானேன்.
சேற்றை வாரியிறைக்கும்
என் எதிரி உண்மையில்
எனது அழுக்கைக் கழுவி
என்னைச் சுத்தமாக்குகிறான்.

என்னை நிந்திக்கும்
ஒவ்வொருவனும்
எனக்குப் பிரியமான நண்பனாகிறான்.
எதிரிகளின் மீது
கனிந்த பிரியத்தைச் சொரிகிறது
எனது இதயம்.
என்னை நிந்திப்பதை நிறுத்துபவன்
உண்மையில் எனக்குக் கேடு செய்கிறான்.

எனது மனதை சுருங்கச் செய்கிறான்.

அவப்பெயர்
எனது ஆசைநாயகன்.
களங்கம் என்னைக் கடனாளியாக்குகிறது.
எல்லாரும் கபீரின் மேல் சேற்றை வாரி இறைக்கிறார்கள்.
இறைத்தவர்கள்
மூழ்கிப்போக,
நானோ கடலில் மிதந்து
கரை ஏறினேன்.

○

நெசவாளி

நெசவாளியின்
எந்த ஒரு புதிருக்கும்
உன்னிடம் விடை இல்லை.
அவனோ
மொத்தப் பிரபஞ்சத்தையும்
ஒரு நொடிப்பொழுதில்
தனது தறியில்
விரிக்கிறான்.
பிரசங்கத்தில்
வேதங்களையும் புராணங்களையும்
நீ கேட்டுக்கொண்டிருக்க
நானோ
எனது தறியின்
ஊடு இழைக்கான நூல்களைப்
பிணைத்துக்கொண்டிருந்தேன்.
பூமியையும்
ஆகாயத்தையும் பூட்டி
அவன் தறியைச் செய்கிறான்.
சூரியனையும் சந்திரனையும்
சட்டங்களாக்கி

ஒருசேர
அசைக்கிறான்.
தறிக்குழியில்
தனது கால்களால்
மாற்றி மாற்றிச் சட்டங்களை
அசைத்துக்கொண்டிருக்கும்
அவனைக்
குருவாக
வரித்துக்கொண்டேன்.

அந்தத் தேர்ந்த நெசவாளியின் சங்கேதங்களை
எனது வீட்டினுள்ளே
உணர்ந்தேன்.
நொடிப்பொழுதில்
அறிந்தேன்
அவனே இராமன் என்பதை.

கபீர் சொல்கிறேன்:
எனது தறியை
உடைத்தெறிந்து விட்டேன்.
ஒரு உண்மையான நெசவாளி மட்டுமே
நூலை நூலோடு
கோத்து
நெய்ய முடியும்.

○

பூந்தோட்டம்

வெளியே தேடாதே!
பூந்தோட்டத்தைத் தேடி
வெளியில் போகாதே!
உனது உடலினுள்ளேயே
செடிகளும் மரங்களும்
பூத்துக் குலுங்குகின்றன.
அங்கே
ஆயிரம் இதழ்கள் கொண்ட தாமரையின் மீதமர்ந்து
ஆதியந்தமில்லாக் கடவுளை
நோக்கி
தியானிக்கலாம்
நீ!

o

மனம்

மனம்
பதைபதைக்கும் ஒரு திருடன்.
சந்தேகமின்றி ஒரு ஏமாற்றுப் பேர்வழி.
மனம் துறவிகளின் மனிதர்களின்
கடவுள்களின் சிதிலம்.
அதற்கு வாய்த்திருக்கின்றன
ஆயிரமாயிரம் கதவுகள்.

○

குருவின் சொல்

குருவின் சொல் ஒன்றே.
அதற்கு அர்த்தங்கள் பல.
துறவிகளும் பண்டிதர்களும்
அறிய முயன்று தோற்றிருக்கிறார்கள்.
வேதங்களால் அச்சொல்லின் விளிம்பையும்
தொட இயலாது.

o

துளி விஷம்

ஆயிரம் கலம் பாலைச் சேகரித்த
நீ
ஒற்றைத் துளியால் அதைத் திரியவிட்டாய்.
பால் கெட்டது.
கிடைத்திருக்க வேண்டிய
வெண்ணெய் முழுதாய் வீணானது.

o

சூனியம்

நிலமும் நீரும் உருவம் பெற்றிராத
பிரம்மனும் சிவனும் பிறந்திடாத
ஏதுமில்லாச் சூனியமாயிருந்த
அக்காலத்தைப் பற்றிப்
பேசுகிறான் கபீர்.

o

இடைவெளி

ஒரு முத்தத்திற்காக
உன்னை ஒட்டிப் படுத்திருக்கும்
என்னை ஏறிட்டும் பார்க்காமல்
முகம் திருப்பிப் படுத்திருக்கிறாய்
பிரியமானவனே!
இப்படிக் கிடந்து
என் உயிரை வதைக்காமல்
திரும்பிப் படு.

விரதத்தில் ஒருவன்
அசையாமல் அப்படிப் படுத்திருக்கலாம்
எனதருகில் இப்படிப் படுத்திருப்பது பாவம்.
முகம் திருப்பி
என் கழுத்தை வளைத்து
இறுக அணைத்துக்கொள்.

நம் இருவருக்குள்ளும்
யார் உருவாக்கியது
இந்த இடைவெளி?
நீயே என் காதலன்
நான் உனக்கானவள்.

கபீர் சொல்கிறேன்
நன்றாகச் செவிமடு.
தலைவனுக்கு என் மீதிருந்த
காதல் வடிந்துவிட்டது.

○

திருமணம்

மணப்பெண்ணின் தோழிகளே!
மேலும் சுருதி கூட்டி
மங்கலப் பாடல்களைப் பாடுங்கள்.
என் மணாளன் இராமன்
வீடு வந்துவிட்டான்!
நானோ
அவன்மீதான எனது காதலை
உடல் முழுதும் உடுத்திக்கொண்டேன்.
மனதின் சுவர்களில்
காதலின் செந்நிறச் சாயத்தைப் பூசிக்கொண்டேன்!
என் மண ஊர்வலத்தை
ஐம்பூதங்கள் வழிநடத்துகின்றன.
எனது விருந்தாளி இராமன்
வந்துவிட்டான்.
எனது இளமை மீள,
யௌவனத்தின் போதையேறிக்
கால்கள் குலைகின்றன.
உடலின் பொய்கையோரம்
மணப்பந்தலை வேய்கிறேன்.

பிரம்மனே வேதமந்திரங்களை
ஓதுவார்.
பெரும் புண்ணியம் பெற்ற
நான்
இராமனுடன் கைகோத்து
அக்கினியைச் சாட்சியாக்கி
சடங்குகள் முடிப்பேன்.
கோடானுகோடி துறவிகளும்
ஆயிரமாயிரம் கடவுள்களும்
என் திருமணம் காண
வந்திருக்கிறார்கள்!

கபீர் சொல்கிறேன்
நான் மணம் புரிந்துகொண்டு
மார்க்கண்டேயனான எனது
கணவனின் வீடு புகுகிறேன்!.

O

வலை

சகோதரனே!
இத்தனை அகங்காரத்தோடு எதற்குத் திரிகிறாய்?
கருப்பையின் உள்ளே
பத்து மாதம்
தலைகீழாகத் தொங்கிக் கிடந்ததை
அவ்வளவு எளிதாய் மறந்துவிட்டாயா?

உனது உடல்
எரிக்கப்பட்டால்
எஞ்சுவது சாம்பல்.
புதைக்கப்பட்டால் புழு.
பச்சைமண் பானையில் நீரூற்றினால்
பானையும் நீரோடு கரைந்துவிடும்
உனது உடலும் சுடப்படாத பானையே.

தேனைச் சேகரிக்கும் ஈயைப் போல்
தேடித்தேடி
செல்வத்தைச் சேர்க்கிறான் மனிதன்.
ஆனால்
அவன் மரணித்த மறுகணமே
அவசரப்படுத்துகிறார்கள்
பிணத்தை எடுவென.

மனைவி
வாசல்வரை வருகிறாள்.
மற்ற உறவினரோ
கடந்து
காடு வரை வருகிறார்கள்.

அதன் பிறகு
அன்னப்பறவையோ
தனித்து விடப்படுகிறது.

கபீர் சொல்கிறான்
கவனமாகக் கேள்.
காலன் உன்னைப் பற்றுகையில்
மரணக்கிணற்றில் வீழ்கிறாய்.
கூண்டில் அடைப்பட்ட கிளியைப் போல
மாயையின் வலையில்
மாட்டித் தவிக்கிறாய்.

O

இங்குமில்லை அங்குமில்லை

நான் நீதிமானும் அல்ல
நெறிபிறழ்ந்தவனும் அல்ல.
துறவி அல்ல
சுகபோகியும் அல்ல.
யாருக்கும் நான் கட்டளை இடுவதில்லை
எவர் ஒருவருக்கும் பணிவதும் இல்லை.
ஆண்டானும் இல்லை
அடிமையும் இல்லை.
கைதி இல்லை
சுதந்திரப்பறவையும் இல்லை.
தேவை மீறி எதிலும் மனம் ஒன்றுவதில்லை
முழுதும் ஒட்டாமல் வெறுமனே இருப்பதும் இல்லை.
எவர் ஒருவரிடமும் சண்டை இடுவதில்லை.
யாருக்கும் நெருங்கிய தோழனும் இல்லை.
நரகத்திற்குப் போகப் போவதில்லை.
சொர்க்கத்திற்கும் செல்ல விருப்பமில்லை.

காரியங்கள் எல்லாம் செய்வது நானே.
எனினும் காரணம் முழுவதும் நானல்ல.
லட்சத்தில் ஒருவனுக்குத்தான்
நான் சொல்வது புரியும்.
அவன் மனம் அடங்கி,
காலாதீதத்தின் பொய்கையில் குளித்தெழுவான்.
இதுவே கபீரின் பாதை.
சிலதைக் கட்டி எழுப்புவான்.
வேறு பலதை உடைத்து நொறுக்குவான்.

❍

வெண்பட்டாடை

மெல்லிய,
மிக மெல்லிய வெண்பட்டாடையை
அவன் நெய்கிறான்.

அவனுக்கு வாய்த்த ஊடு இழை எது?
பாவு இழை எது?
ஆடையை நெய்ய
தேர்ந்த நூல் எது?
இங்கலத்தை தறியாக்கி
பிங்கலத்தை கயிறாக்கி
சூக்குமத்தை நூலாக்கி
வெண்பட்டாடையை
அவன் நெய்கிறான்.
எண்ணிதழ் தாமரையைத்
தகளியாக்கி
ஐம்பூதங்களையும் முக்குணங்களையும்
நூல்புரியாக்கி
அவன் ஆடை நெய்கிறான்.

தறியை அசைத்தசைத்து,
ஒவ்வொரு நூலையும் சரிபார்த்து,
அன்னையின் கருப்பையில் பத்து மாதங்கள்
நெய்கிறான்.
எடுத்தணிந்த தேவரும் முனிவரும்
மனிதரும் அதைக் கறையாக்கி நிற்க
சேவகன் கபீரோ
அழுக்கின்றி
அப்படியே வைத்திருக்கிறான்
அந்த வெண்பட்டாடையை.

○

திராட்சை

மதுரமான திராட்சையே!
உனது மகத்துவத்தை
யாரால் முழுமையாக விளக்க முடியும்?.
வேரை வெட்டினால் மேலும் தளிர்க்கிறாய்.
நீரூற்றினாலோ வாடி உலர்ந்துபோகிறாய்.

○

அக்கரை

இரும்பினாலான படகில்
கற்களை அடுக்கி நிரப்பிவிட்டு
தலையில் சிறிது நஞ்சைச் சுமந்தபடி
ஆற்றைக் கடக்க விழைகிறான் ஒரு
அறிவாளி.

O

ரணம்

முன்பே சிதிலமான வீட்டை
எதற்கு
மேலும் இடித்து நொறுக்குகிறாய்?
காயத்தைக் கிளறி
இன்னும் ஏன் ரணமாக்குகிறாய்?
எங்கெங்குமிருக்கும் காற்று
என் மூச்சுதானே.

o

அழகு

சிறியதே அழகு.
சிறியதிலிருந்து
பிறந்தெழுவதே பெரியது.
நாமனைவரும்
வணங்குவது மூன்றாம் பிறையையே.

○

செயல்

செய்யும் ஒன்றை
முழுதாய்ச் செய்.
எல்லாம் செய்தவனாவாய்.
இருக்கும் எல்லாவற்றையும்
செய்ய நினைத்தால்
அந்த ஒன்றையும் இழந்திடுவாய்.
பூக்களும் பழங்களும் தேவையெனில்
நீ நீரூற்ற வேண்டியது வேருக்கே.

o

பாதை

பாவம்!
இந்தப் பாதை என்ன செய்யும்?
போவதெங்கு என்றறியாது
அலைகிறார்கள் பயணிகள்.
பாதையிலிருந்து பிறழ்ந்தவர்கள்
ஒரு பாலைநிலத்திலிருந்து
இன்னொரு பாலைநிலத்திற்கு
சென்றுழல்கிறார்கள்.

O

மாயா

எனக்குத் தெரியும்
மாயா
ஒரு மகாஜாலக்காரி!
முக்குணங்களைப் பிரியாய்த் திரித்த
கயிற்றைக் கையில் ஏந்தி
இனிப்புத் தடவிய
சொற்களை
மிழற்றியவாறு
அலைகிறாள்.
கேசவனுக்கு அவள் கமலா
சிவனுக்கு பவானி
பூசாரியின் வீட்டில் விக்கிரகம்
தீர்த்தக்கரையில் புனிதநீர்
யோகியின் வீட்டில் யோகினி
அரசனின் மாளிகையில் அரசி
ஓரிடத்தில் வைரம்
வேறிடத்தில் உதவாப்பொருள்.
பக்தனின் வீட்டில் பக்தையாக விளங்கும் அவள்
துலுக்கரின் வீட்டில் துலுக்கச்சியாவாள்.

சேவகன் கபீர் சொல்கிறான்
எஜமானனின் இச்சைக்கு இணங்க
ஆடும் கைப்பாவை இந்த மாயா.
❍

குறுவாள்

எனக்குப் புரிபடவில்லை
எப்படிப்பட்ட மனிதர்
குருவாக வாய்த்திருக்கிறார்
உனக்கு?

அவர் முழுச்செவிடா என்ன,
மசூதியிலிருந்து முல்லா
காதுகிழிய கத்தவேண்டியிருக்கிறது.

நீ அறிவாயா
அபாரமானது கடவுளின் காது
எறும்பின்
சிறு அசைவும் கேட்கும் அவருக்கு.

கண்ணுக்கு மையிட்டும்
நீளமாய் முடிவளர்த்தும்
என்ன ஆகப்போகிறது.

உனது உள்ளத்தின் ஆழத்தில் இருப்பதோ
ஒரு அவநம்பிக்கையாளனின் குறுவாள்.

குருவை அடையும் வழி
இதுவல்ல.

○

விட்டில் பூச்சி

இன்பம் வாய்ப்பது
கண நேரமே.
துன்பமோ முடிவே இல்லாதது.

இருந்தும்
இம்மனமோ
மதம்பிடித்த யானையைப் போல
மறதியில் உழல்கிறது.

விளக்கும் சுடரும் ஒன்றென எரிகிறது.
கண்டு மயங்கும் விட்டில்பூச்சியோ
சுடரில் விழுந்து சாம்பலாகிறது.

தனக்கு வாய்க்கும் அற்ப மகிழ்ச்சியில்
திளைக்காதவர்கள் யார்?
நீயும் உன்னை நெருங்கி வரும் உண்மையை
புறந்தள்ளிவிட்டு
பொய்யின் பின்னோடுகிறாய்

பேராசையின் பிடியில் சிக்கி
வாழ்வு முழுவதையும்
வீணில் கழிக்கிறாய்
அந்திம நாளில்
அனைத்தையும் உதறிவிட்டுப் போகிறாய்.

உடலில் துடிப்பு இருக்கும்வரை
மாயையில் மயங்கித் திளைக்கிறாய்.
கடைசியாய்
விழித்துக்கொள்ளும் வேலையில்
காலம் உன்னைக் கைவிட்டுப்போகிறது.

இவ்வாழ்விலிருந்து
விடைபெறும் தருணத்தில்தான்
வீணாகிவிட்டது பிறப்பு என
வருந்துகிறாய்.

நாபியில் கஸ்தூரி அடக்கி
வாசனை வாசனையெனக்
காடெங்கும் மானாக ஓடிய
உனக்கு
இப்போது வாழ்வின் கானல் உவக்கவில்லை.
வெட்டி வெட்டி வீசினும்
மீண்டும் மீண்டும் சிடுக்காகிவிடுகிறது
வாழ்வின் மாயவலை.

○

புலன்களின் எல்லை

எரியும் சுடரை அணைத்துவிட்டேன்
தீபத்திலிருந்து எழுந்த புகையும் அடங்கிவிட்டது.
நிலவின் வெளிச்சமன்றி
வேறெதுவுமில்லை.

விளக்கின் திரியை உலரவைத்தேன்.
மேலும் எண்ணெயை வார்க்கவில்லை.
மேளம் அடிப்பதை நிறுத்திவிட்டேன்.
நடனமங்கையை ஓய்வெடுக்கச் செய்தேன்.
தந்திகளை அறுத்து
தம்புராவின் ஓசையை நிறுத்திவிட்டேன்.
எனது கடமையை மறந்து
தினப்படி வேலைகளைக் கெடுத்துக்கொண்டேன்.

செய்யவேண்டியது எதுவென அறிந்தபின்
பாடுவதை நிறுத்திவிட்டேன்.
சொற்பொழிவுகளை,
கேலிப்பேச்சை
நீதிமொழிகளை,
கதைகளை நிறுத்திக்கொண்டேன்.

கபீர் சொல்கிறேன்
ஐம்புலன்களின்
சுற்றுப்பாதையைக் கடந்தவர்களுக்குச்
சேருமிடமான
சொர்க்கம் தொலைவில் இல்லை.

o

பற்றியெரியும் நகரம்

தீப்பற்றியெரிகிறது!
விறகேதுமின்றி எரியும் அதை
அணைக்கும் சக்தி படைத்த
மனிதன் எவரும் இங்கில்லை.
எனக்குத் தெரியும்
அது உன்னிடமிருந்துதான்
பரவியது!
அந்தத் தீ
உலகம் முழுதையும்
எரிக்கின்றது.
அந்தப் பொறி
துவங்கியது
நீரிலிருந்துதான்.
எரிய எரிய அது
நீரை அவிக்கின்றது.
முடிவின்றி எரியும் அது
கன்னியர் ஒன்பது பேரையும்
எரிக்கின்றது.
அதை அவிக்கும்
நீர் யாருக்கும் அகப்படவில்லை.

நகரம் பற்றியெரிகிறது.
காவலரோ உறங்குகின்றனர்.
அவர்களது கனவில்
அவரவர்களின் வீடுகள்
பத்திரமாய் இருக்கின்றன.
ஓ இராமா
உனது நிறங்கள் எரிகின்றன.
துடிக்கின்றன.
முடவன்
அறிவை நம்பி இருக்கிறான்
அதை மீறி
அவன் யோசிக்கலாகாது.
அதை எண்ணியே
வாழ்நாள் முழுதும் வீண் போய்விட்டது.
உடலோ
தணியாத தாகத்தோடு தவிக்கிறது.
பிறர் முன் நடிப்பவனை விடப்
பெரிய முட்டாள்
வேறெவருமில்லை.
அவன் தன்னைத்தானே ஏமாற்றிக்கொள்கிறான்.

கபீர் சொல்கிறேன்
ராமனின் கண்களில்
நாம் அனைவரும் பெண்களே.

○

நுண்மை

நீரினும் மெல்லியவன்
புகையினும் நுண்மையானவன்
காற்றினும் விரைவானவன்
கபீரின் தோழன்.

○

நிழல்மாளிகை

நிழல்களின் மாளிகையில்
காணாமல்போகிறது உலகம்.
அதனுள்
நுழைந்து வெளியேவரத் தெரிந்தவனை
போற்றிப் புகழ்கிறேன் நான்.

o

நஞ்சு

பாறையையும்
கல்லையும் கழுவிக் கழுவி
பக்தியைப் பாழாக்குகிறார்கள்.
நஞ்சை உள்ளே பத்திரப்படுத்தி
அமுதை வெளியே கொட்டுகிறார்கள்.

o

அலறல்

ஏழு ஸ்வரங்களும்
இயைந்து ஒலித்திட
இசையரங்காக இருந்த இம்மாளிகை
இன்றோ
வெறிச்சோடிக்கிடக்கிறது
ஆந்தைகள் அலற.

o

துறவி

துறவி தனித்திருப்பவன்.
தீர்த்த யாத்திரைக்கு அவன் போவதில்லை.
திருவிழாக்களிலோ
பெருங்கூட்டங்களிலோ
கலப்பதில்லை.
நோன்பிருப்பதில்லை.
புனித பயணத்திற்கான துணிப்பையும் அவனிடம்
                                        இல்லை.

சமைக்கப் பாத்திரங்களோ
உண்பதற்கெனக் கலமோ
இல்லை.
கொண்டு செல்ல பணமும் இல்லை.
திருநீற்றைப் பூசிக்கொள்வதுமில்லை.
திருவோடும் அவனிடம் இல்லை.
இருப்பினும் பசியோடு அவன் உறங்குவதுமில்லை.
திரிந்தலைந்து திரும்பும் அவன் வீட்டின்
திண்ணையில் உறங்கிக்கொள்கிறான்.

கபீர் சொல்கிறான்
அவனை நீங்கள் பார்க்க இயலாது
குடிகளாக நாமிருக்கும்
இந்நாட்டின் எல்லையைத் தாண்டிவிட்டான்.
அவன் திரும்பப்போவதில்லை.

o

அன்னம்

பிரியமான அன்னமே!
உன்தன் முன்னைப் பழங்கதைகளைப் பகர்வாயாக!
எத்தேசத்திலிருந்து வந்தாய் நீ
எந்த நதியின் கரையில் இறங்கப்போகிறாய்?
வழியில் எங்கு ஓய்வெடுத்தாய்?
இறுதியாய் நீ சேரவிருக்கும் இடம் எது?
இப்பொழுது விழித்தெழு!
என்னுடன் சேர்ந்துகொள்
இணையாகப் பறந்துசெல்வோம்.
நாம் சென்றிறங்கும் இடத்தில்
துக்கமும் சந்தேகமும் இல்லை.
காலனின் நிழல் அங்கே படர்வதில்லை.
இங்கோ
மன்மதனின் தோட்டத்தில் மலர்கள்
பூத்துக் குலுங்குகின்றன.
அதன் வாசனை
நம்மை வசியம் செய்கிறது.
இதயத்தைச் சுண்டியிழுக்கும் இவ்விடத்தில்
நம் மனம்
மெய்யான இன்பத்தில்
திளைக்க இயலாது.

○

பிறப்பும் ஒளியும்

அச்சங்கள் அனைத்தையும்
துரத்திவிட்டு
பயமேதுமின்றி வாழக்கூடிய
அந்த வீடு எங்கிருக்கிறது?

ஒளியே பிறப்பு.
பிறப்பின் அவ்வொளி
ஒன்றைக் கண்ணாடிச்சில்லாகவும்
மற்றொன்றை முத்தாகவும் மிளிரச்செய்கிறது.

தேடிப்போகும்
தீர்த்தக்கரைகளில்
நிம்மதி அடைவதில்லை மனம்.
பாவ புண்ணியக் கணக்குகளிலேயே
உழன்றுத் தவிக்கிறது.

பாவமும் புண்ணியமும் ஒரே நிறை.
உய்த்துணர உரைகல் ஒன்று
உன் வீட்டிலேயே இருக்க
வேறொன்றைத் தேடி வீணில் அலையாதே.

கபீர் சொல்கிறான்
நாமரூபங்களில்
கவனத்தை விரயமாக்காதே.
பயணிக்கும் பாதையிலேயே
உன் பார்வை நிலைத்திருக்கட்டும்.

○

முடிவு நிலை

சொற்களால் விவரிக்க இயலாத
எளிதினும் எளிதான
அந்த ஒன்றை
எதனுடனும் ஒப்பிட இயலாது.

தராசில் நிறுத்த இயலாது
எதனாலும் கரைத்தழிக்கவும் முடியாது.
அது கனமானதும் இல்லை
லேசானதும் இல்லை.
அங்கே மேலும் இல்லை
கீழும் இல்லை.
பகலும் கிடையாது
இரவும் கிடையாது.

அங்கே நீரும் இல்லை
காற்றும் இல்லை
நெருப்பும் இல்லை

அங்குதான்
அந்த அரூபன் இருக்கிறான்.
ஆதியும் அந்தமும் இல்லாத
அந்த ஒன்றை
குருவின் கருணையாலேயே
அறியமுடியும்.

கபீர் சொல்கிறேன்
அவ்வாறான குருவோடு
சேர்ந்திருக்கும் வரம்
எனக்கு எப்போதும் வாய்க்கட்டும்.

○

எளிய வாழ்க்கை

கேளுங்கள் துறவிகளே
இந்த உலகம் விந்தையானது
பொய்யைச் சொன்னால் கேள்வியின்றி நம்புகிறார்கள்.
உண்மையைச் சொன்னாலோ
அடிக்கவருகிறார்கள்.

பக்திமான்களையும்
சடங்கு பேணுபவரையும் தெரியும் எனக்கு.
விடியும் பொழுதில் குளிப்பார்கள்.
தமது ஆன்மாவைக் கொன்று
கல்லை வழிபடும் அவர்கள்
ஏதுமறியா மூடர்கள்.

குரானையும்
மதநூல்களையும்
படிக்கும் மௌல்விகளையும் பீர்களையும்
நான் கண்டிருக்கிறேன்.
அவர்களுக்குத் தெரிந்ததெல்லாம்
தம் மாணாக்கர்களுக்குப்
போதிக்கும் லௌகீக நுணுக்கங்கள் மட்டுமே.

தமது வீட்டில்
தியானிக்க அமர்ந்திருக்கும்
அவர்களின் மனமோ
நிலையற்று அலைபாய்கிறது.

செப்புச்சிலையையும் கல்லையும்
வழிபடுபவர்கள்
தமது தீர்த்தயாத்திரையில்
பெருமிதம் கொள்கிறார்கள்.
அகங்காரம் கொண்டு
மெய்ம்மையை மறக்கிறார்கள்.
குல்லாவையும் மாலையையும்
அணிந்து,
தமது கண்களை
புனித மையால் அலங்கரிக்கிறார்கள்.

உண்மையின் மொழியையும்
தரிசனத்தின் பாடல்களையும்
மறந்துபோகிறார்கள்.
ஆன்மாவின் முணுமுணுப்பு
அவர்களுக்குக் கேட்பதில்லை.

இந்துவுக்கு இராமனும்
முஸ்லீமுக்கு ரஹீமும் பிரியமானவர்கள்.
உணராமல் சண்டையிட்டு

ஒருவரை ஒருவர்
கொன்றிடும் அவர்கள்
இறைமையின் ரகசியம் அறியாதவர்கள்.

வீடு வீடாகச் சென்று
தம் மாயவித்தைகளைக் காசாக்கும் அவர்கள்
தம் மெய்ம்மையை உணராதவர்கள்.

சீடர்களோடு சேர்ந்து குருவும்
பாழாகிப்போகிறார்.
கடைசியில்
அதையெண்ணி
அனைவரும் வருந்துகிறார்கள்.

கபீர் சொல்கிறேன்
கவனியுங்கள் துறவிகளே,
பலமுறை இந்த உண்மையைச் சொல்லிவிட்டேன்
கவனிப்பார் யாருமில்லை
மாயையை மறந்துவிடுங்கள்.
உங்களில் நீங்களே கலந்துவிடுங்கள்.

o

உண்மை

உண்மைக்கு நிகராக அமர
தவத்திற்கும் அருகதையில்லை.
பொய்யைவிட மோசமான பாவம்
வேறில்லை.
உண்மை குடியிருக்கும் இதயமே
கடவுளின் குடிகோயில்.

O

தேடல்

அறுபத்துநான்கு சுடர்விளக்குகளேந்தி
பதினான்கு இரவுகளின் பௌர்ணமி ஒளியில்
அந்த வீட்டினுள்ளே
யாரைத் தேடுகிறாய், நீ?
கோவிந்தன்
குடியிருப்பதில்லை
நான்கு சுவருள்.

o

வெளிச்சம்

வேதமந்திரம் ஓதிச்செல்வோர்
வரிசையைப் பின்தொடரப் பழகியிருந்த நான்
வழியில்
ஒரு குருவைக் கண்டேன்.
நின்றெரியும் ஒரு விளக்கைக் கையளித்து
சென்றார் அவரெனக்கு.

o

பொற்கொல்லர்

குரு தேர்ந்த பொற்கொல்லர்.
தங்கத்தையும் தாமிரத்தையும்
பிரித்தறியத் தெரிந்த அவர்
அன்றாடத்தின் கடல் ஆழத்திலிருந்து
அரிய முத்துக்களைத் தேடியெடுப்பார்.

o

சிதிலம்

சிதிலமாகிக்கொண்டிருக்கிறது படகு.
சிந்தையில் கொள்ளாதவன் படகோட்டி.
சுமைகளற்றவன்
மெல்ல அக்கரைப் போய்ச் சேருவான்.
தலைச்சுமைக் கொண்டவனோ
மூழ்கிப்போவான் நட்டாற்றில்.
O

வேறு புத்தகங்கள்

கற்றுக்கொண்டே இருப்பவனின்
மனம் கல்லாகிவிடும்.
எழுதிக்கொண்டே இருக்கும் கைகள்
திருடப்பழகிவிடும்.
கடவுளின் வீட்டைக் கண்டறியப்
படிக்க வேண்டும்
வேறு புத்தகங்களை.

O

ஏக்கம்

காதலின் பிரி திரித்து நெய்த ஊஞ்சலில்
காற்றில் பறந்தாட யார் ஆட்டுவிப்பார்?
கள்வனின் கைகளை நிறுத்தி
புயங்களின் இருமுனை பிணைத்து
கட்டிய தூரியில் ஆடும்
என் உடலும் துள்ளும் உள்ளமும்.
திசை கருக்கும் முகில்களினின்றும்
சொரியும் நீரைக்
கண்கள் ஏந்தியிருக்க
கருநீலமேக நிழல்
இதயத்தை மூடும்.
அவன் உயிர்மூச்சின் வெம்மையில்
என் முகம் இருத்தி
முடிவுறா ஏக்கத்தை சொல்வேன்.

கபீர் சொல்கிறேன்
காதலனின் பெயரை உச்சரித்தே
மனத்தை நிறுத்தவேண்டும்.

○

சாதகப்பறவை

எங்கே இசைக்கும் புல்லாங்குழல்
உனது ஐம்புலன்களையும் கரையவைத்தது?
அங்கே வெளிச்சமின்றியே
உலகம் பளிச்சிட்டு மினுங்குகிறது
வேர் ஏதுமின்றித் தாமரை மொட்டவிழ்கிறது
அத்தனைஅத்தனை மலர்கள் பூத்துக்குலுங்குகின்றன
நிலவின்மீது தாளாத மோகங்கொண்ட
சக்கரவாகப் பறவைபோல
மேகத்திலிருந்து ஒழுகும் தூநீரை
மட்டும் அருந்தும் சாதகப்பறவைபோல்
கடவுளின் கருணைப்பெருவெளியில்
எக்காலத்திற்குமாகச் சங்கமித்துவிடு.

o

காவல்

எங்ஙனம் இந்நகரைக் காவல் காப்பேன்
வினவுகிறான் காவலர் தலைவன்.
இந்நகரத்தின்
கசாப்புக் கடைகளைக்
கழுகுகள் காவல் காக்கின்றன.
இங்கு எருதுகள் கர்ப்பமாகின்றன
பசுக்கள் மலடாகிக் கிடக்கின்றன
கன்றுகள் முந்நேரமும் பால்சொரிகின்றன
பூனைகள் பயணிக்கும் படகை
எலிகள் அசைவித்துச் செல்கின்றன
பாம்புகளைக் காவல் காக்கின்றன
தவளைகள்.
என்ன விசித்திரம்,
சிங்கத்தை வேட்டையாடுகிறது
சிறுநரி.

கபீர் கேட்கிறான்
நான் சொல்வதன் சூட்சுமம் யாருக்கேனும் புரிகிறதா?

o

கற்பிதங்கள்

இந்நீரைப் பருகுவதற்குமுன்
கொஞ்சம் யோசி, பண்டிதனே.
நீ வசிக்கும் இந்த வீட்டின் சுவர்கள்
எத்தனையோ உயிர்கள் மட்கிக் கலந்த மண்ணாலானது.
இம்மண்ணில்தான்
ஐம்பத்தாறு கோடி யாதவரும்
எண்பத்தெட்டாயிரம் துறவிகளும்
மரித்திருக்கின்றனர்.
இப்பூமியில் நீ வைக்கும்
ஒவ்வொரு அடியின் கீழும்
ஒரு தீர்க்கதரிசி புதையுண்டிருக்கிறார்.
அழுகித்தான் போனது
அவர்களின் உடல்களும்.
மீனும் ஆமையும் முதலையும்
முன் நாளில்
இங்குதான் குஞ்சுபொரித்தன.

ரத்தம் தோய்ந்த
இந்த ஆற்று நீரோடு கலந்து
அழுகிப்போன மனிதர்களும் மிருகங்களும் நரகத்தை
உன்னிடம் கொண்டுவருகிறார்கள்.
மதிய உணவிற்குப் பின்
நீ பருகும் பால் எங்கிருந்து வருகிறது?
எலும்புகளின் மஜ்ஜையில் திரண்டு
தசைகளின் நாளங்களில் சுரந்து
வருவதல்லவோ அது?
களிமண்ணைத் தீட்டு என்கிறாய்.
அப்படிச் சொல்லும் அந்தப் புனித நூல்களை
உனது கற்பனைகளை வீசியெறி.

கபீர் சொல்கிறேன்
கேள், பண்டிதனே.
இவையெல்லாம்
நீ புனைந்த கற்பிதங்களே.

o

அவதாரம்

ஆசீர்வதிக்கப்பட்ட ஒருவரே
அந்தத் தூயோனின் நாமத்தை உச்சரித்தபடி
திசையெங்கும் தன் விருப்பம் போல் பறக்கும்
அன்னமெனப் பிறக்கிறார்.
தனது அலகில் கோத்திருக்கும்
முத்துக்களோடு அது
இந்த உலகை வசீகரிக்கிறது.
மௌனத்தில் ஆழ்ந்தோ
கடவுளின் பெயரை உச்சாடனம் செய்தோ அது
மானசரோவர் கரையில்
இராமனின் காலடியில் வாழ்கிறது.
நித்தம் தரிசனம் வாய்க்கும்
அதன் அருகில்
கபடம் கொண்ட காகம் எதுவும்
நெருங்கவியலாது.

கபீர் சொல்கிறேன்,
பாலையும் நீரையும் பிரிக்கும் மந்திரம் அறிந்த
அந்த அன்னம் போன்றவர்
எவர் ஒருவரோ
அவரை என்னவராக வரித்துக்கொள்கிறேன்.

o

கேள்வி

கல்லையும் மணலையும் கொண்டு
கட்டி எழுப்பினோம் மசூதியை.
அதன்மீதேறி
அலறுகிறான் முல்லா.
அப்படியென்ன செவிடாகிவிட்டதா
ஆண்டவனின் காது.

o

அறிந்தது

கனமானவன் என்று சொல்ல
அஞ்சுகிறேன்.
லேசானவன் என்றாலோ
அது முழுப் பொய்யாகிவிடும்.
என்னதான் தெரியும் எனக்கு
இராமனைப் பற்றி.
இவ்விரு கண்கள் கொண்டு
கண்டதேயில்லை அவனை.

o

சுகந்தம்

அவனுக்குத் தலையோ தனிமுகமோ இல்லை
ரூபனும் இல்லை அரூபனும் இல்லை
நறுமலரின் வாசனையினும்
அரிதானது
அவனது சுகந்தம்.

O

கபீர்

மரணம்

வெகுளிகளே!
நீரோடு நீர் கலப்பதுபோல்
ஆரவாரம் ஏதுமின்றி
கபீரின் உடல்
மண்ணோடு மண்ணாகும்.

மிதிலையின் பண்டிதன் ஒருவன்
ஆருடம் சொன்னான்,
"மகார் தேசத்தில்
நான் இறந்துபோவேன் என".
மரணமடைவதற்கு
எவ்வளவு பாவகரமான இடம் அது.

இராமன் அழைத்துக்கொள்ள விரும்பினால்
நான் மகாரில் அல்லாது
வேறெங்காவது மரணிக்க வேண்டும்.
மிதிலையின் பண்டிதன் மேலும் சொன்னான்,
"மகாரில் இறப்பவன்
மறு ஜென்மத்தில் கழுதையாகப் பிறப்பான்".

இராமனிடத்தில் நம்பிக்கை வைத்தபின்
இறக்கப்போவது காசியானாலென்ன,
மகார் ஆனாலென்ன.
இராமன் என்னை ஆட்கொண்டபின்
அவையெல்லாம் வெறும் பாலைவெளிதான்.
காசியில் என் ஆவி பிரிந்தால்
கடவுள் என்ன
எனக்குக் கடன்பட்டவர் ஆகிவிடுவாரா?

O

தரிசனம்

வீடு போய்ச்சேர
வெகுதூரம் பயணிக்க வேண்டும்.
எத்தனை எத்தனை கள்வர்கள்
அந்தக் காட்டு வழியில்.
நடந்து நடந்து
என்ன கண்டுவிட்டார்கள் இந்த சாதுக்கள்?
அரிதிலும் அரிது
அரியின் தரிசனம்.

o

இரவு

இரவு மெதுவாக வடிந்துவிட்டது
பகலும் அவ்வாறே முடிந்துவிடும்.
ரீங்கரித்த வண்டுகள் பறந்துவிட்டன
கொக்கும் தரையிறங்கிவிட்டது.
பச்சைப்பானையில்
நீர் தங்கவில்லை.
அன்னம் பறந்துபோனபின்
இது வெறும் கூடு.
வருவானா மாட்டானா என
எண்ணியேங்கி
உள்ளம் நடுங்குகிறது.
காகங்களை விரட்டி விரட்டி
கைகளும் சோர்ந்துவிட்டன.

கபீர் சொல்கிறேன்
இவ்வளவுதான்
நான் சொல்லவந்த கதை.

○

சங்கமம்

படித்துப் படித்து
நீ பண்டிதனாகிறாய்.
படிப்பு உனக்கு
விடுதலையைத் தந்ததா?
சொல் எனக்கு.

கடவுள் எங்கிருக்கிறார்
எவ்வூரில் வாழ்கிறார்?
அவரது பெயர்தான் என்ன?
நீ அறிவாயா?
வேதங்கள் நான்கு படைத்த
பிரம்மனே
விடுதலையின் ரகசியம் அறியாமல் அலைகிறார்.

தானதர்மம் பற்றியும்
அதன் புண்ணியங்கள் பற்றியும்
பிதற்றித் திரிபவர்களுக்கும் தெரியாது
தம் மரணம் எப்போது வருமென.

அடையமுடியாத ஆழத்துள்
அசைவேதுமின்றி,
எறும்பும் புகவியலாத,
கடுகினும் சிறிய,
உள்நுழையவோ
வெளியேறவோ
முடியாத இடத்தில்
வீற்றிருக்கும் அவனில்தான்
பிரபஞ்சமே
சென்றடங்குகிறது.

o

அலை

ஆசையின் அடங்காத அலை
உக்கிரமாக உன்னைத் தாக்கும்போது
மூழ்குவதற்குத்
தண்ணீர் தேவையில்லை.

அப்பேரலையில்
அரசனும் மூழ்கிப்போவான்
அழகான ராணி மூழ்குவாள்
யோகம் பயின்ற யோகியும் போவார்
ஞானம் அளிக்கும் ஞானியும் தொடர்வார்.
சந்திரன் போகும்
சூரியனும் சென்று மறையும்.
இவ்வுலகின் ஒவ்வொரு பொருளும் மூழ்கிப்போகும்
தண்ணீரில்லாத அச்சமுத்திரத்தில்.

தான் அறிந்ததைச் சொல்கிறான் கபீர்,
எவன் இராமனைப் பற்றியிருக்கிறானோ
அவனே மூழ்காது இருப்பான்.

o

நீர்த்துளி

தோழியே,
தேடித்தேடியே காணாமல் ஆனான் கபீர்.
கடலில் கலந்துவிட்டது நீர்த்துளி.
தேடி எடுப்பது எங்ஙனம்?

o

வைகுந்தம்

புனித நதியில்
உனது அழுக்கைக் கழுவினால் மட்டும்
போய்ச்சேர முடியாது வைகுந்தம்.
அன்றாடத்தில் நீ உழன்றுகிடப்பதை
அறியாதவனா இராமன்.
தீர்த்தத்தில் முழுகுவதால்
கிடைக்குமென்றால்
தவளைக்கு
எப்போதோ கிடைத்திருக்கும் மோட்சம்.
தீர்த்தத்தில் விழுந்து எழுவதை
நம்புபவன்
மற்றுமொரு தவளையாகிறான்.
இதயத்தைக் கல்லாக்கிக்கொண்டவன்
காசியில் மரித்தாலும்
சுவர்க்கம் புகும் வழியறியாது
நரகத்திலேயே உழல்வான்.

மனம் விழிப்புற்றவன் இறக்குமிடம்
பாலைவெளி என்றாலும்
தனது நண்பர்களுக்கும் சேர்த்து
அவன் முக்தி அளிப்பான்.
இதையறியாது
பகட்டின் பின் அலைகிறது இவ்வுலகம்.
அந்த நிர்குணன்
வாசம் செய்யும் இடத்தில்
பகலும் இல்லை
இரவும் இல்லை
புனிதநூல்களும் இல்லை.

கபீர் சொல்கிறேன்
அதுவே என் வீடு.

O

பிரசவம்

வானம்பார்த்து மல்லாந்து
அலையில் மிதக்கும் சிப்பி
தவிப்புடன் காத்திருக்கிறது
சுவாதி மழைத்துளிக்காக.
வெறும் வயிற்றில் துளிநீர் விழுந்ததுமே
உடல் புரண்டு முத்தை சூல் கொள்ளப் பயணிக்கிறது
கடல் ஆழத்தை நோக்கி.
❍

காரணம்

கபீரின் முயற்சியால்
காரியம் ஏதும் நடப்பதில்லை.
ஆன காரியத்திலோ அவன் முயற்சி ஒன்றுமில்லை.
முடிந்த காரியத்தின் காரணமோ வேறொருவன்.

o

கிழிசல்

புண்பட்ட என் நெஞ்சின் வலிபோக்கக்
களிம்பேதும் கிடைக்கவில்லை.
கிட்டியதோ வாய்ச் சவடால் மட்டுமே.
வெறும் தையல்காரனைக் கொண்டு
என்ன செய்வது?
கிழிந்ததோ ஆகாயம்.

O

வீடு அடைதல்

கூரையை எரித்தவனுக்கு வீடு கிட்டியது.
பூட்டி வைத்தவனுக்கோ அது காணாமலானது.
ஒரு அதிசயத்தைப் பார்த்தேன்
பிணம் ஒன்று மரணத்தை
மென்று விழுங்கிக்கொண்டிருந்தது.

❍

தாகம்

ஊர் ஊராய்ச் சுற்றினேன்.
மனிதர்களுக்குப் பஞ்சமில்லை.
தவிக்கும் நெஞ்சிற்கு நீர் வார்ப்பவர்தான்
யாருமில்லை.

O

தளும்பும் மௌனம்

பேசுவதைப் பற்றிச்
சொல்வதற்கு
என்ன மிச்சமிருக்கிறது,
பேசிப்பேசி
நீ கொள்ளைபோனதைத் தவிர.

பேச்சால்
நீ பெற்றுக்கொண்டது
மனக்கலக்கம் மட்டுமே,
பேசாமல் மனம் மொழிவதை
கூறுவது எவ்வழி?

ஞானியைச் சந்தித்தால்
நினைப்பதைச் சொல்
சொல்வதைக் கேள்.
அஞ்ஞானி எதிர்ப்பட்டால்
மௌனத்தைக் கைகொள்வதே மேல்.
ஞானியிடம் பேசினால்
உன்னில் விளக்கேற்றி வைப்பான்.
அஞ்ஞானியோ
எரியும் மிச்சத்தையும் அணைத்துவிடுவான்.

கபீர் சொல்கிறான்
வெற்றுப்பானை சத்தம் இடும்
நிரம்பித் தளும்புவதோ
அமைதி காக்கும்.
அம்மௌனத்தை கூர்ந்து கேள்.

ο

சொல்லுக்கு வசப்படாத காதல்

சொல்லுக்கு வசப்படாதது
காதலின் கதை.
முழுதாய்ச் சொல்லவும் முடியாது யாராலும் அதை.
சுவைத்த இனிப்பைப் பற்றிச் சொல்லவியலாது
தனக்குத்தானே முறுவலிக்கும்
ஊமையனே காதலன்.
நிலமற்று விதையுமற்று
வான் நோக்கித் தழைத்தோங்கும்
விருட்சம் அது.
ஆதியும் அந்தமும்
இல்லாச் சுயம்புவாகி
அனந்தத்தின் கனிகள் முகிழ்க்கும்
அதன் கிளைகளில்.
அலையும் மனம் அடக்கி
இராமனின் முகம் நோக்கி அமர்ந்தேன்.
மனத்தின் பொதி நீங்கிப்
பொய்யும் புரட்டும்
காற்றில் பறந்து போயின.

கபீர் சொல்கிறேன்
ஏதுமில்லாதிருந்த நான்
குருவின் கருணையால்
மனதின் பரிதவிப்படங்கிப்
பரமனோடு அடைக்கலமானேன்.

O

குதிரைச்சவாரி

சேணத்தில் சரியாகக் கால் நுழைத்து
அமர்ந்தால்தான் இயலும்
குதிரைச் சவாரி.
கண்பட்டையை முகத்தில் பொருத்தி
கடிவாளத்தை வாகாகப் பிடித்துச் செலுத்தினால்
புரவி மீதேறிப்
புவியெங்கும் சுற்றலாம்.
களைத்து நடைசோரும்போது
சவுக்கைச் சற்றே சொடுக்கினால்
விரைந்தேகலாம் வைகுந்தம்.
கபீருக்குத் தெரிந்த
சவாரியின் ரகசியம் இதுவே.
வேதமும் குரானும்
காட்டாத பாதை இது.

O

முடிச்சு

உள்ளம்
ஏமாற்று வியாபாரியின் தந்திரம் கொண்டது.
சொந்த வீட்டிலும் அது
திருடுவதற்கான இருட்டுமூலைகளைக்
கணந்தோறும் தேடுகிறது.
பிறப்பிலேயே நேர்ந்த விதி இது.
வாய்க்கும்போதெல்லாம்
கபடவேடம் தரிக்கும்.
பேராசை பிடித்த மனைவி
கொள்ளைக்குப் போகும் ஐந்து பிள்ளைகள்
எனப் பேறுபெற்றக் குடும்பம்.

கபீர் சொல்கிறான்
மனம்
சிக்கவிழ்க்கவே முடியாத முடிச்சு.

o

வழி

போவோம் போவோம்
என்பார் எல்லோரும்.
யாரும் அறியார்
வைகுந்தம் எங்கேயென.

வாழும் தெருவைத் தாண்டி
வசிப்பவர் யார் எனத் தெரியாதோர்
பேசுவதென்னவோ
விண்ணகம் போய்ச்சேர்வது பற்றி.

சொர்க்கத்தைக் கனவு காண்பவன்
சென்று சேர்வதில்லை அங்கு.

பிறர் சொல்லக் கேட்பதை
எப்படி நம்ப முடியும்,
நீயாகப் பார்த்துணராதவரை.

கபீர் சொல்கிறேன்,
மனமிருந்தால் கேள்
நீ தேடும் வைகுந்தம்
நல்லவர்களின் சங்கமத்தில் மறைந்திருக்கிறது.

o

இருப்பிடம்

புண்ணியத்தின் மீது ஈர்ப்பு இல்லை
பாவத்தின் மீது வெறுப்பும் இல்லை
சொர்க்கம்போகும் ஆசையில்லை
நரகத்தின் மேல் பயமுமில்லை.

கபீர் சொல்கிறேன்
கேளுங்கள் துறவிகளே,
எங்கிருந்தேனோ நேற்றுவரை
அங்கேயிருப்பேன்
இன்றும்
என்றென்றும்.

o

அழுக்கு

ஐயனே அகற்றிவிடு
இந்த ஏழையின் அழுக்கையெல்லாம்.
தனயன் மீதுள்ள கறை
தந்தைபேரிலும் படியுமல்லவா?

❍

கபீர்

தீ

பாவம்,
குரு என்ன செய்வார்
அவரது சொல்லின்
தீ
உன்னில் பற்றவில்லையெனில்?

கபீர் சொல்கிறான்
அழுக்கேறிய சட்டையில்
எவ்வண்ணம் ஒளிரும் நிறம்?

O

தனிமை

வானில் பறக்கும் நாரை
இணையைப் பிரிந்த ஏக்கத்தில் துயரிசைக்க
முழங்குகிறது இடி
முழுவதுமாய் நிரம்பி வழிகிறது ஏரி.
தலைவனால் கைவிடப்பட்ட தலைவியோ
தாங்கவொண்ணாத் துயரோடு தனித்துழல்கிறாள்.

○

உச்சி

உச்சியில் இருக்கிறது
கபீரின் வீடு
செல்லும் வழியோ வழுக்கலானது.
எறும்பும் ஊர்ந்தேற முடியாத பாதையில்
அவர்கள் போக விழைகிறார்கள்
சுமையேற்றிய வண்டிகளோடு.

o

போக்கும் வரவும்

ஏது செய்ததால் இங்கு வந்து சேர்ந்தேன்.
யாது செய்வேன் இங்கிருந்து சென்றபின்.
வருவதற்கும் போவதற்குமிடயே
கரைகிறது கையிருப்பிலிருக்கும் காலம்.

❍

குழப்பம்

தனக்காக ஒரு உடையை
நெய்கிறேன் என உட்கார்ந்தான் நெசவாளி.
முடியாமல் மனம் வெதும்பி
வீடு நீங்கினான்.

நாலாறு முழம்
நெய்யவேண்டும்.
அறுபது நூல் ஊடிழையில் கோத்து
ஒன்பது சட்டங்கள் குறுக்காக வைத்து
எழுபத்திரண்டு நூலைப்
பாவிழையில் சேர்த்தால் போதும்.

எண்ணிய நூலோ
நிறுத்திய எடையோ கணக்குச் சேரவில்லை.
கேட்ட கத்தரிக்கோல் கிடைக்காமல்
வீட்டை துவம்சம் செய்தான்.
அத்தனை அற்புதமான நெசவாளி
புரியாத பிசகை எண்ணி
நாள் முழுதும் குழம்பிச்
சோர்ந்தான்.

நடந்ததை எண்ணி மனம் கசந்து
தறியையும் நூலையும்
உதறிவிட்டு எழுந்தான்.

கோத்த நூல் வெளிவரவில்லை
யாசித்த துணி தயாராகவில்லை
தறியில் சிடுக்கு விழுந்துவிட்டது.

கபீர் சொல்கிறான்,
முடிச்சு முடிச்சாகவே இருக்க
ஏழையின் ஆசை ஈடேறவில்லை.

o

இடைச்சியர் புராணம்

என் தாயே,
அரியை அடைய நினைப்பவள்
தன் உடலைக் கடைய வேண்டும்.
கடைசிவரை
கெடாதிருக்கவேண்டும் தயிர்.
உடலெனும் பானையைக்
கடைய மனமே மத்தாகும்.
இடைச்சியர் மூவர்
அரியின் புகழ்பாடினர்
கடைந்தவாறே.

கபீர் சொல்கிறான்,
வெண்ணெய்த் திரண்டெழுந்ததைப் பார்த்தாள்
பானை உடைந்ததைப் பார்த்தாள்
மனம் கிறங்கி
ஆடத் தொடங்கினாள் ஆயர்மகள்.

O

மெக்கா

மினார் வரை ஏறி
ஏன் இப்படி அரற்றுகிறாய்,
என்ன ஆகிவிட்டது முல்லா.
உனது உடலே
பத்துவாசல் கொண்டதொரு
மசூதி.

மனமே மெக்கா
உயிர்தான் காபா
உடலின் மொழி அறிந்தவனுக்கு
அதுவே குருவாகும்.
உன்னுள் இருக்கும் அழுக்கைக் கழுவிவிடு
ஐம்பொறிகளும்
பரிணமிக்கட்டும்.

கபீர் சொல்கிறேன்
பித்துப்பிடித்த நான்
மெதுமெதுவாக
எளிமையின் பெருங்கடலில் சங்கமித்துவிட்டேன்.

O

சிலை

யார்யாரையோ வழிபடும்
பூந்தோட்டக்காரி அறியவில்லை
அரிதான் இவ்வுலகின் அரசன் என்பதை.
பூசைக்கென
உயிர்த் ததும்பும் இலைகளைப் பறிக்கும்
அவள் மறந்துவிட்டாள்
பூசிப்பது உயிரற்ற கல் என்பதை.
சிலை வடிக்கும் சிற்பி
அதன் நெஞ்சின் மீது
கால்வைத்தே ஆகவேண்டும்.
சிலைக்கு உயிர் நேர்ந்தால்
முதலில் அது
சிற்பியைத்தான் காவுகொள்ளும்.
படையலில் வைத்த
பாயசம் முழுவதையும் அள்ளிக்கொண்டு
கடவுளுக்கெனச் சக்கையை மட்டும்
மிச்சம் வைக்கிறான்
பூசாரி.

இலைதான் அயன்
பூவே அரி
பழரூபம் சிவன்
மும்மூவரும் இருப்பது ஒரு சிலையில்.
யாருக்குப் பூசை செய்வது
ஒருவன் இல்லை
இருவர் இல்லை
உலகே குழம்பிக்கிடக்கிறது
கபீர் ஒருவன்மட்டுமே குழம்பவில்லை
அவன் நம்பியிருப்பது இராமனை.
o

அடைதல்

கோவிந்தனை அடைய
குறுக்குவழி ஏதுமில்லை.
அலையும் மனம் கொண்டு
அச்சுதனை அடைய இயலாது
உள்ளத்தில் வைத்து
உள்ளபடியே அவனை எண்ணாமல்
ஜபம் செய்தோ
தவம் இருந்தோ
விரதம் காத்தோ என்ன பயன்?

பொருள்பித்து
காமத்தின் வசியம்
அகங்காரத்தின் பிடிக்கு
அகப்படாமல் தப்பவேண்டும்.
கல்லுக்குப் பூ சாத்தி
கரையேற இயலாது.

கபீர் சொல்கிறான்
இயல்பிலேயே களங்கமற்ற ஒருவன்
எளிதாக அடைகிறான் இராமனை.

O

மேன்மை

மேலானது சாதகப்பறவையின் பார்வை.
தாகத்தில் தவிக்கும்போதும்
தேங்கிய நீரை நோக்காது.
அருந்துவதோ
மேகம் சொரியும் நீரை மட்டுமே.

O

சிற்றுளி

கபீர் சொல்கிறான்
மனம் ஒரு மலைக்குன்று.
சுரங்கத்தைக் கண்டுவிட்டான் அதில்.
சொல்லின் சிற்றுளி வாய்த்தது.
தங்கம் பாளம் பாளமாகக் கிடைக்கிறது.

o

முத்து

மானசரோவரின் கரைவாழ்
அன்னமும் கொக்கும் ஒன்றுபோல்
துலங்குகிறது வெண்மையாக.
கொக்கு மீனைத் தேடிப்போக
அன்னமோ முத்தைமட்டும் பொறுக்குகிறது.

❍

தீபம்

நான் இருந்தபோது அரி இல்லை
அரி வந்தபின் நானில்லை
தீபத்தின் சுடரொளியில்
தெறித்தோடியது இருள்.

o

சகோரம்

அலகு வெந்தாலும் அகன்று போகாது
பழுத்த பழமென்று எரிவிறகையே
மீளமீளக் கொத்தும் சகோரப்பறவையென
எத்தனை உறவை ரணமாக்கினாலும்
தன் அகம்பாவத்தை உதறவியலாது தவிக்கிறது மனம்.

O

பசுமை

கூடிக்கலந்தன காதலூறிய மேகங்கள்
பொழிந்துத் தள்ளியது மழை
மேனி நனைந்து முழுதும் ஈரமானது ஆன்மா
எங்கும் பூத்துக்குலுங்குகிறது பசுமை.

O

இராவண காப்பியம்

எதுவும் நிலைக்கப்போவதில்லை எனும்போது
வேண்டும் வேண்டுமென
யாசித்து என்ன பயன்?
கண்மூடி திறப்பதற்குள்
காணாமல் ஆகிவிடுகிறது உலகம்.

நூறாயிரம் புத்திரர்கள்
பல்லாயிரம் உறவினர்கள் எல்லாமிருந்தும்
இறுதியில்
இராவணனின் அரண்மனையில்
தீபத்தின் சுடரேற்ற ஒரு கையும் எஞ்சவில்லை.

வானுயர்ந்த மதில்.
பெருங்கடலின் நீர் அரண்.
இருந்தும் இராவணன் உயிர் தப்பவில்லை.

பிறக்கும்போது கொண்டுவருவது ஒன்றுமில்லை
இறக்கும் தறுவாயில்
எடுத்துப் போவதும் ஏதுமில்லை.
யானை மீதேறிப்போய் தேடிச்சேர்த்த
செல்வத்தால் யாது பயன்?

கபீர் சொல்கிறேன்,
நாடக முடிவில்
கையிலிருந்த கடைசி நாணயத்தையும் தோற்ற
சூதாடிகளாக முச்சந்தியில் நிற்கிறோம்

○

கூர்மை

இராமனின் மீதான காதல்
கூர் தீட்டியதொரு அம்பு.
பட்டவளைத் தவிர மற்றவர் அறிவாரில்லை.
வலிக்கும் இடம் தேடினால்
புலப்படுவதில்லை உடலில் காயம்.
களிம்பெடுத்து
எங்கே தடவுவது?
அவனே ஒருவன்
முன்னிற்பதோ
எண்ணிறந்த பெண்கள்.
யார் மீது
அம்பைத் தொடுப்பான் இராமன்?

கபீர் சொல்கிறேன்,
நடுவகிட்டில்
இராமன் கையால்
குங்குமம் வாய்க்கப்பெற்றவள் பாக்கியசாலி.

o

ஆகாயமும் மழையும்

மேகங்கள் திரண்டு
மென்மேலும் கூடி
ஆகாயம் இருள்கிறது,

கீழ்த் திசையிலிருந்து
ஊர்கின்றன கார்மேகங்கள்
ஆகாயத்தின் சங்கீதமென
மழைத்திவலைகள்
சொட்டத் தொடங்கின.

நட்ட பயிர் நாசமாகிவிடும்
உன் வயல்வரப்பை
இன்னும் வலுவாக்கு.

பொழியும் மழையில்
உள்ளம் உடல் எனும் எருதுகளும்
முழுதும் நனைந்துவிட்டன.
இன்னும் சோம்பல் கொள்ளாமல்
கழனியை உழுதுவிடு

அறுத்துத் திருத்தி விளைச்சலைச்
சேதமின்றி வீடு சேர்ப்பவனே
விவசாயி.

ஊனும் உயிரும் இரு தட்டுக்கள்
சமமாகப் பரிமாறி
உண்கிறார்கள் முனிவரும் ஞானியரும்.

○

மீன்

பெருங்கடலில்
வாழும் மீன்
தாகத்தால் தவிக்கிறது
எனக் கேட்டு
வெடித்துச் சிரித்தேன் நான்.

விளையும் பொருள்
வீட்டினுள்ளே இருக்க
நீயோ
நாடு நாடாய் தேடி அலைகிறாய்.

உள்ளத்து உண்மையை உணராதவரை
உலகம் உனக்கு வெறும் தோற்றம்தான்.
மதுராவில் மலைவலம் வந்தால் என்ன
காசியில் குளித்தெழுந்தால் என்ன?

O

அறிந்திலன்

கண்ணால் காண்பது உண்மையல்ல.
உண்மை எதுவோ
அது மொழிக்கு வசப்படாது.
பார்க்காத ஒன்றை
உன்னால் பரிசீலிக்க இயலாது.
பார்த்தவன் சொல்லாதவரை
அதை நம்பவும் முடியாது.
புரிந்துணர்ந்தவன்
சப்தங்களையும் சங்கேதங்களையும் கையாள்கிறான்.
ஏதுமறியாதவனோ மிரட்சியின்
பள்ளத்தில் வீழ்கிறான்.
சிலர் ஆராதிப்பார்
கடவுளின் அரூபத்தை.
சிலர் வணங்குவார் ரூபத்தின் அழகை.
அறிந்தவன் புரிந்துகொள்வான்
ஆதிமூலம் இவை இரண்டுமல்ல,
படைத்தவனின் கருணை
பார்வைக்கு அகப்படாது.
மனிதக் காதில் விழுவதில்லை
அவனது வாக்குகள்.

கபீர் சொல்கிறான்
நேசத்தையும் துறவையும் அறிந்தவன்
துதிக்கமாட்டான் நரகத்தின் காவியத்தை.

❍

களவு

அரி ஒரு கள்வன்
தனது மாயத்தால்
உலகம் முழுதையும் களவு கொண்டான்.
என் அன்னையே
அந்த ஏமாற்றுக்காரனின் துணையல்லாது
எப்படி வாழ்வேன் நான்.

உன் மனதை அலசிப்பார்.
யாரைக் கணவன் என்பாய்,
யார் அவனுக்கு மனைவி,
யார் உனக்கு மகனாகிறான்,
யார் அவனுக்குத் தந்தை.
மரணத்தைத் தழுவுவது யார்.
அதைக் கண்டு அழுபவர் யார்.

கபீர் சொல்கிறேன்
என் மனம் கனிய
இக்கள்வனைக் கண்டுணர்ந்தேன்
காணாமல் போனது களவு.

o

அங்காடி

அடிமை நான்.
சந்தையில் விற்க எஜமானனே
என்னை அழைத்து வந்தான்.
என் உடல் பொருள் ஆவி யாவும்
இராமனுக்கே சொந்தம்.

என்னை
அங்காடியில் நிறுத்தியது அவன்தான்.
விற்பவனும் அவனே
வாங்குபவனும் அவனே.
இராமன் கடைவிரிக்கும் பொருளை
யார் வாங்கமுடியும்?
வாங்கும் அளவுக்கு
பொருள் கொண்டவர்தான் யார்?

கபீர் சொல்கிறான்
உடலில் உயிர் வற்றிப்போனது
மனம் வெறுமையானது.
மனது ஞாபகத்தில் மிச்சமிருப்பது எல்லாம்
எஜமானனின் முகமும் அசைவுகளும் மட்டுமே.
❍

விநோதம்

இந்த வினோதத்தை என்னவென்பாய்!
எந்த மந்திரத்தால்
ஆணாக இருந்த நான் பெண்ணாக மாறினேன்!

மணம் புரியவில்லை
கருத்தரிக்கவுமில்லை
ஆயினும் குழந்தைகளைப் பெற்றெடுத்தேன்.
அத்தனை ஆண்களிடம் களவு கொண்டும்
கன்னியாகவே இருக்கிறேன்.

பார்ப்பானின் வீட்டில் பாப்பாத்தி
யோகியின் வீட்டில் யோகினி
குரானை வாசித்து வாசித்து
துலுக்கச்சி.
இருந்தும் தனிமையில்தான்
உழல்கிறேன்.

எனக்கென்று பிறந்த வீடில்லை
புகுந்த வீடுமில்லை
ஆணின் துணையும் அவசியமில்லை.

கபீர் சொல்கிறேன்
இது எனக்கேயான உடல்.
காலம் காலமாகச் சேர்ந்து வாழ்ந்தாலும்
இவ்வுடலைத் தொடக்
கணவனைக்கூட விட்டதில்லை.

○

அரியின் இளம்மனைவி

அரி எனது ஆசைக்கணவன்
கையிலிட்ட மருதாணியின் ஈரம் காயாத
இளம் மனைவி நான்.
என்னிலும் உயர்ந்தவன் இராமன்
அவனினும் சிறியவள் நான்.

வாரிச்சூடிய கூந்தல் முடித்து
அவனை நாடிச்சென்றேன்.
உலகையே தன்னுடலில் அடக்கிய அவனோடு
நான் கூட வாய்க்கவில்லை.

ஒன்றுகூடி வாழும் தம்பதியர்
பேறுபெற்றவர்கள்.
அதிர்ஷ்டம் இல்லாதவள் நான்.

காதல் கணவனை அடைய முடிந்தவள்
கொடுத்து வைத்தவள்.

கபீர் சொல்கிறேன்
கூடிவாழ்ந்தவளுக்குத்
தேவையில்லை இன்னொரு பிறப்பு.

o

நீல ஆகாயம்

சகோதரனே சொல்.
ஆகாயத்தை விரிகுடையெனச்
செங்குத்தாக நிறுத்தி வைத்தது யார்?
இந்த விந்தையைப் புரிந்தவன்
எல்லாம் அறிந்தவன்.

நீலப்பெருந்திரையில்
விண்மீன்களை மினுங்கவைத்தவர் யார்?
அதைத் தீட்டிய
அபாரமான தூரிகையாளன் எவன்?

கழுத்தை வளைத்து
மேலே நோக்கினால் மட்டும்
காணமுடியாது.
மூன்று முழ
உடலுக்குள் அடங்கியிருக்கிறது
நீ தேடும் ஆகாயம்.

கபீர் சொல்கிறான்
யாருடைய உதடும் உள்ளமும்
இராமனின் பெயரை உச்சரிக்கிறதோ
அவனே அதை அறிகிறான்.

O

உளறல்

உலகில் அத்தனை பேரும்
தந்திரமாக வாழ்கிறார்கள்
நான் மட்டும்
வெகுளியாகக் கிடக்கிறேன்.

நான்தான் வீணாகிவிட்டேன்
அப்படி ஆகக்கூடாது மற்றவர்கள்.

நானாக ஆகவில்லை இப்படி
ஆக்கியது ராமனே.
குரு எனது பிரமையை
எரித்தார்.
சுவடிகளைப் படித்தும் வாதித்தும்
இப்படி ஆகவில்லை நான்.
இராமனின் புகழ்பாடி பைத்தியமானேன்.

காமத்தையும் கோபத்தையும் வரித்துத்தான்
உலகம் அழிவைத் தேடிக்கொள்கிறது.

மனதுக்குகந்த பொருளே
உனக்கு இனிக்கிறது.

கபீர் சொல்கிறேன்
இராமனின் பெயரே
எனக்கு இனிக்கிறது.

○

பிம்பம்

நம்மால் மட்டுமே
நாம் கெட்டொழிந்தோம்.
கண்ணாடி அறையில் நுழைந்த
நாயொன்று
தன் பிம்பம் நோக்கிக்
குரைத்து குரைத்துச் செத்தது.
சிங்கம்
தன் நிழல் கண்டு
சண்டையிடக்
கிணற்றில் குதித்தது.
வெண்படிகச் சிற்பத்தில்
மின்னிய தனது உருவம் நோக்கி
மதமேறிய யானை
கொம்பு முட்டிச் சண்டையிட்டது.
கையில் உணவிருந்தும்
காற்றில் மிதக்கும்
வாசனையின் வீணாசையினால்
ஒவ்வொரு வீடாய்க் கூத்தாடியது குரங்கு.

கபீர் சொல்கிறான்
உச்சிக்கிளையிலிருந்து
தரையிறங்கித் தானேவந்த கிளியை
வலைவீசிப்
பிடிக்கத் தேவையேதுமில்லை.

o

நீருள் நீர்

நீரில் பானை
பானையுள் நீர்.
உள்ளும் நீர், வெளியும் நீர்.
பானை உடைய
நீர் கலந்தது நீரோடு.
ஞானிக்குப் புரியும் இதன் பொருள்.

○

கங்கை நீர்

கபீரின் நெஞ்சம்
கங்கையின் நீர்போல நிர்மலமானது.
கண்டுகொண்ட அரியோ
கபீர்! கபீர்! என என்பின் ஓடிவந்தான்.

○

வைரம்

கணக்கில் அடங்காதது
கடலலைகளின் எண்ணிக்கை.
அவ்வாறே மன அலைகளும்.
அலை அடங்கி மனம் ஒடுங்கினால்
தெள்ளத்தெளிவுறும்
ஆழத்திலிருக்கும் வைரம்.

o

ஆழியின் துளி

துளிகள் கலந்து ஆழி ஆவதை
அறிவர் எல்லாரும்.
ஆழி உலர்ந்து
ஒரு துளியாவதை அறிபவனோ
ஆயிரத்தில் ஒருவன்.

❍

கபீர்

தழல்

மாணிக்கத்தின் செம்மை
பார்க்கப்பார்க்க
மேலும் சிவக்கும்.
அதைக் காணப் பல காதம் நடந்தேன்
பரவசம் தழல்விட்டு எரிய நானும் சிவந்தேன்.

o

பச்சை நிறம்

மங்கவே மாங்காத
இராமனின் நிறத்தை
என் உடலெங்கும் பூசிக்கொண்டேன்.
அரியின் பச்சையைப் போல்
மற்றொரு நிறத்தைப் பார்த்ததுமில்லை.
மறைந்து போகும்
மற்ற நிறங்கள்.
மறையவே மறையாது
அரியின் நிறம்.

கபீர் சொல்கிறேன்
எந்நேரமும் பூசிக்கொண்டிருக்கிறேன்
இராமனின் நிறத்தை.
பிற நிறங்களோ பறந்து மறையும்
ஆகாயத்தில் பட்டங்களென.

○

குருமொழி

துறவிகளே,
அறிய விரும்புவோர்
நுணுக்கமாக அறிந்துகொள்ளுங்கள்.
நம் உடலுக்குள் பூத்துக்குலுங்குகிறது
ஒரு மலர்க்காடு.
அதில் வீற்றிருக்கிறார் அநேகன்
உடலின் ஆகாயத்தில் வளையவருகின்றன
ஏழு மாக்கடல்களும்
ஒன்பது கோடி நட்சத்திரங்களும்.
இங்கேதான் புதைந்திருக்கின்றன
வைரங்களும் வைடூரியங்களும்
அதை உரசிப்பார்க்கும் உரைகல்லும்.
இங்கே விம்மி மேலெழுகின்றன
தெய்வீக இசையும்
திவலைகளை வாரி இறைக்கும் நீரூற்றும்.

கபீர் சொல்கிறான்
கேளுங்கள் துறவியரே
நம்முடலே
நமக்கான குருதேவன்.

o

களிப்பேறிய மனம்

மனம் களிப்பேறி நிறைந்திருக்க
வெற்றுச்சொற்களை உதிர்க்கும் தேவையென்ன?
வசப்பட்ட வைரத்தை முடிச்சிட்டு வைத்தாய்
அடிக்கடி அதை அவிழ்த்துப்பார்க்கும் வேலையெதற்கு?
குறுஎடைக்கே துலாக்கோல் அசைந்தேறியது
முழுஎடையை நிறுத்திப்பார்க்கும் அவசியமேன்?
கடைசி மதுக்குவளை எதுவென்றறியாது
கடைவிரித்தவனே குடித்துத்தீர்த்து
போதையில் புரள்கிறான்.
மானசரோவரில் வந்திறங்கிய அன்னப்பறவைக்கு
சிறுகுளத்துச் சேற்றுநீரின் தேவையென்ன?
உன்னுள் குடியிருக்கிறார் கடவுள்
ஏன் தேடுகிறாய் அவனை அங்குமிங்கும்?

கபீர் சொல்கிறான்
உன்னுள் நிறைந்திருக்கிறார் கடவுள்
எள்ளில் உறைந்திருக்கும் எண்ணெயைப்போல.

❍

முச்சந்தி

மரணமிலா என் காதலனை
எப்போது கண்ணுறுவேன்?
துறவியரின் காவலனை எங்கே காண்பேன்?
தண்ணீரிலேயே பிறந்தும்
நீரின் திவலைகளிலேயே திளைத்தும்
தாகம் தாகமெனத் தவிக்கிறேன்.
நீ திரும்பிவரும் வழிநோக்கி
ஆவலுடன் காத்திருக்கும்
பசலைநோய்க்காரி நான்.
பிறந்த வீட்டை உதறி வந்து
உன் பாதங்களில் சரணடைந்த
விவேகி நான்.
நீயின்றி என் இதயம்
நீரில்லா மீன்போல் தவிக்கிறது.
உணவு மறந்த பகல்வேளைகள்
உறக்கமற்ற நெடிய இரவுகள்
உவப்பில்லாத முன்றிலென
நாட்கள் ஊர்கின்றன.

படுக்கை எனக்குச் சக்களத்தியாக
முடிவற்ற இரவுகளின் முச்சந்தியில் நான்
உறக்கம் மறந்து வெறித்து நிற்கிறேன்.
நான் உனது சேவகி,
நீ என்னை அரவணைக்கும் தலைவன்.
கருணையாளனே,
என்னை ஆட்கொள்வாயாக.
தாமதமின்றி என்னை ஏற்றுக்கொள்
அல்லாவிடில், நான் உயிர் துறப்பேன்.

கபீர் கதறுகிறேன்
விரகம் என்னை முழுதாக விழுங்கும் முன்னே
கடைக்கண்ணால் ஒருமுறை பார்த்துவிடு.

○

முடிவற்ற சுவடி

கனவின் சிறகில் ஏறி
கண்ணிமைகளுக்குள் நுழைந்தாய் நீ
உன் அரவணைப்பில் விழித்தெழுந்தேன் நான்.
இமை திறந்தால் கலைந்திடும் கனவெனக்
கண்மூடிக் கிடந்தேன்.
இதயத்தின் முடிவற்ற ஏடுகளில்
காதலின் காவியவரிகளை
எழுதிவைத்தாய்.
அருந்தும் நீரால்
அழிந்திடும் அவ்வரிகள் எனத்
தாகத்தோடு தவித்திருந்தேன்.
கண்ணுக்குள் வந்துவிடு
இமைகளை மூடிக்கொள்வேன்
கண்ணுள் வைத்து ஆராதிப்பேன் உனை நான்.
காணாதிருப்பாய் வேறொருத்தியை நீ.

○

நெருப்பின் தழல்

இராமனின் கதகதப்பின்றி
எனது காய்ச்சல் வடியாது.
கடலில் தத்தளிக்கும் என் முப்புரங்களிலும்
நெருப்பின் தழல் சுற்றி வளைக்கிறது.
கடலின் ஆகிருதி நீ
நீர்வாழ் மீன் நான்
உயிர்த்திருப்பது சமுத்திரத்திலே எனினும்
தாகங்கொண்ட மீனாக அல்லலுறுகிறேன்
கூண்டு நீ
அதில் உயிர்வாழும் கிளி நான்
உன் தரிசனம் வாய்த்தால்
பேறு பெற்றவளாவேன்
சத்தியத்தின் குரு நீ
உனது சிஷ்யை நான்.

கபீர் சொல்கிறேன்
தன்னந்தனியே
இராமன் இராமனென்று அரற்றியவாறு இருக்கிறேன்.

○

தேன்

மாலையின் நிழல் கருமைகூடி
உடலையும் உள்ளத்தையும் நேசத்தால் நிரப்புகிறது.
மேல் திசையின் சாளரத்தைத் திறந்துவை
வானத்தில் பொங்கியெழும்
காதலின் அலைகளைப் பார்.
அக்கடலின் ஆழத்தில் மூழ்கி மூச்சடைத்து
இதயத் தாமரை சுரக்கும்
தேனைப் பருகு.
அகக்கோயிலின் இசைவாத்தியங்களை
முடுக்கி முழங்கவிடு.

கபீர் சொல்கிறான்
செவிமடுங்கள் துறவியரே,
கடவுள் வீற்றிருக்கிறார் நம் இதயத்தின் அரியணையில்.

o

புன்னகைக்கும் பிரபஞ்சம்

அனைத்துமறிந்த குரு செவிகூர்கிறார்.
அகண்ட வெளியிலிருந்து
மெலிதாக மிக மெலிதாக
ஆலாபிக்கும் அக்குரலைச் செவிமடுக்கிறார்.
நாதபிந்துவிலிருந்து கருத்தரித்த ஆன்மாவை
நீர்க்கச் செய்துவிட்டாய் நீ.
ஊரும் உலகமும் கதைக்கும்
எல்லாம் இப்படித்தான் இருக்குமென
அவனோ நமது சவடால்களுக்கு அப்பால் வாழ்கிறான்.
அங்கிருந்து கிளம்பியது உன் ஆன்மா
தன் தாகத்தைத் தீர்க்க
ஒரு விலாசத்தை நோக்கி.
அமுது கைவசமிருக்க
நீயோ நஞ்சைப் பருகி
அதே வலையின் முடிச்சுகளில் சிக்குண்டாய்
ககன மண்டலத்திலிருந்து வந்திறங்கும் தாய்ப்பசுவிலிருந்து
கறந்த பாலைத் தயிராக்கித்
திரண்டுவரும் வெண்ணெயை
மெய்கண்டார் உண்டனர்

மிஞ்சிய மோருக்காகச்
சண்டையிடுகிறோம்.
நாம் வாழும் இப்பூமியை
வெறும் ஒரு கோளாக நினையாதே.
பொங்கி வழியும் அருவியை நீராய் மட்டும் பாராதே.
ஆகாயத்தில் திரிபற்றி சுடர்ந்துபரவும் ஒளிபோன்றது
குருவின் சொற்கள்.
நான் யாரெனக் கேட்டழும் குழந்தைக்கு
நான்தான் நீ எனப் புன்னகைக்கிறது பிரபஞ்சம்.
புரிந்த குழந்தை
அற்புதம் இந்த உலகம் என்கிறது.
அங்கொலிக்கும் பிரபஞ்சத்தின் இசையோடு
இங்கலமும் பிங்கலமும் சேர்ந்தொலிக்க
சுகமாய் அசைகிறது சூக்குமம்.

கபீர் சொல்கிறான்
காதுகொடுங்கள் துறவிகளே
ஆன்மாவின் மென்சலனங்களை
அறிந்துகொள்ளுங்கள்
பல்லாண்டு பலகோடி நூறாண்டு
நிச்சலனகதியில்
பிறப்பு இறப்பின்றி வீற்றிருக்கும்
பரம்பொருள் வாழ்க.

●

உதவிய நூல்கள்

கபீர் கிரந்தாவளி, ராம்கிஷோர் சர்மா, லோக்பாரதி பதிப்பகம்

கபீர், ஹஜாரி பிரசாத் திவிவேதி, ராஜ்கமல் பதிப்பகம்

கபீர்–நெசவாளியின் பாடல்கள், விநய் தார்வாட்கர், பெங்குவின்,

கபீர், அரவிந்த் கிருஷ்ண மெகரோத்ரா, ஹேட்செட் பதிப்பகம்

கபீரின் காதல்பாடல்கள், ஜி என் தாஸ், அபினவ் பதிப்பகம்

கபீர் என்னும் நெசவாளி, ஷார்லா வாடிவேல், ஆக்ஷ்போர்ட் பதிப்பகம்

கபீர், மொகம்மது ஹிதாயதுல்லா, மோதிலால் பனார்சிதாஸ்

காதலைப் பற்றிய முடிவற்ற கதை, புருஷோத்தம் அகர்வால், ராஜ்கமல் பதிப்பகம்

கபீர், மோகன் சிங் கார்கி, மோதிலால் பனார்சிதாஸ்

பீஜக், லிண்டா ஹெஸ்/சுக்தேவ் சிங், ஆக்ஸ்போர்ட் பதிப்பகம்

கபீரின் தோஹே, ஜி என் தாஸ், மோதிலால் பனார்சிதாஸ்

முழுமையான கபீர், தொகுப்பு டாக்டர் பல்தேவ் வன்சி, பிரகாஷன் பதிப்பகம்

ஆதி கிரந்தத்தில் கபீர், குல்பீர் சிங் திண்ட்